பாகன்

கிருஷ்ணமூர்த்தி

The views and opinions expressed in this book are the author's own. The facts contained here in were reported to be true as on the date of publication by the author to the publishers of the book, and the publishers are not in any way liable for their accuracy or veracity.

பாகன் * நாவல் * ©கிருஷ்ணமூர்த்தி * முதல் பதிப்பு: அக்டோபர் 2021

Paagan * Novel * ©Krishnamoorthi * First Edition: October 2021

Pages : 128
Price : 155
ISBN: 978-93-92876-02-8

Cover design: Gobu Rasuvel
Inside design: Santhosh Kolanji

Released by :

Yaavarum Publishers
24, Shop no - B, S.G.P Naidu Complex,
Dhandeeswaram Bus Stop
Opp: Bharathiar Park
Velachery Main Road
Velachery, Chennai - 600 042
Url : www.yaavarum.com; www.be4books.com

All rights, including professional, amateur, motion pictures, recitation, public reading, broadcasting and the rights of translation into foreign languages are strictly reserved. No part of this book may be reproduced in whole or in part or utilized in any form or by any means electronic or mechanical, including photocopying, recording or by any information storage and retrieval system now known or hereafter invented, without the prior written permission of the author/publisher.

ஆசிரியர் குறிப்பு

கிருஷ்ணமூர்த்தி 1994இல் சேலத்தில் பிறந்தவர். விமானப் பொறியியல் பட்டதாரி. இலக்கிய வாசகர். 2012 முதல் எழுதி வருகிறார். பிருஹன்னளை, அஞ்ஞாதவாசத்தின் ஆரம்ப நாட்கள் ஆகிய நாவல்களும், சாத்தானின் சதைத் துணுக்கு, காணாமல்போனவர்கள் பற்றிய அறிவிப்பு ஆகிய சிறுகதைத் தொகுப்புகளையும் எழுதியுள்ளார். சென்னையில் தனியார் நிறுவனமொன்றில் பணிபுரிந்து வருகிறார்.

மின்னஞ்சல் முகவரி: krishik10@gmail.com

நன்றி

த. ராஜன் • முத்துராசா குமார் • அருண் பாரத் • பிரதாபன்
நாக ஹரி கிருஷ்ணன் • தென்றல் சிவக்குமார் • வேல்கண்ணன் •
ஜீவ கரிகாலன் • பாவண்ணன் • கயல்விழி
ஆதிரன் • கோபு ராசுவேல்

கோடைக்காலத்தின் பின்மதியப்பொழுதொன்றில் நாவல் முடிவடைந்தது. ஏழு எட்டு ஆண்டுகளுக்கு பின்பு சற்று அச்சத்துடனேயே நாவல் எனும் வடிவத்தை அணுகினேன். பெருங்கதையாடல்களுக்கு இடையில் எளிய கதையொன்றை எழுத முற்பட்டேன். மனதுள் ஆர்பரித்த சொற்களை சீர்படுத்தினேன். கேள்விகளை சுமந்துகொண்டு அணுகும் கலையும் இலக்கியமும் ஒருபோதும் அதற்கான பதில்களை அளிப்பதில்லை. எளிய கேள்விகளை சிடுக்குகளாக்கி புதை சுழலுக்குள் தள்ளிவிடுகின்றன. தப்பிக்க நினைக்கிறோம், ஆனால் அயர்வுறாமல் துரத்துகின்றன புதிய கேள்விகள். நாளை என்பது நிச்சயமற்ற காலம் எனும் அவநம்பிக்கையை பெருந்தொற்று விதைத்திருக்கிறது. வேறு வேறு வகையிலான நம்பிக்கைகளை நாம் சொற்களின் வழியே மீட்டெடுக்க முயன்றுகொண்டிருக்கிறோம். கலையும் இலக்கியமும் மனித சிந்தனைகளுக்கு சிறிது இளைப்பாறலை வழங்குகிறது. உண்மையில் இலக்கியம் இளைப்பாறலா ? அல்லது இளைப்பாறல் என்பது சுயசமாதானமா ?. அன்றாடத்திலிருந்து தப்பிக்க இலக்கியத்துள் நுழைக்கிறோம். எளிய கேள்விகளுக்கான விடைகளையும் பதிலில்லா கேள்விகளையும் விதைத்து அன்றாடத்தை இலக்கியம் எளிமையாக்கிவிடுகிறது. அல்லது அன்றாடத்தை அர்த்தமிழக்கச் செய்துவிடுகிறது.

அனைத்திற்கும் அர்த்தம் தேடும் மனம் தான் தந்தை எனும் சொல்லின் அர்த்தம் தேட விழைந்தது. ஆதாமுடன் ஏவாள் படைக்கப்பட்டவுடனேயே குடும்பம் என்கிற அமைப்பு உருவாகிவிட்டது என்கிறார் எம்.கோபாலகிருஷ்ணன். உணர்ச்சிகளின் மொத்த வடிவமாக தாயையும், கருத்தியல்களின் முழு உருவமாக தந்தையையும் முக்கியப் பிரதிநிதிகளாக முன்நிறுத்துகிறது குடும்பம். தந்தையின் முரணியக்கமாக பிள்ளைகள் அமைகின்றனர். தந்தையுடன் முரண்படாத பிள்ளைகள் தந்தையை அறிய விரும்பாதவர்களாகவே கருதுகிறேன். காந்தியை

விரும்பும் பெரும்பாலானவர்கள் அவருடனான அறிதலை எதிர்முனை-யிலிருந்தே தொடங்கியிருப்பர். எதிர் கருத்துக்களாலேயே அவர் தந்தையாகிறார். குடும்பம் நுண்ணரசியலின் கோரக் கூடாரம். அதன் விதிகள் அனைவருக்கும் புலப்படுவதில்லை. அறமும் நியாயவாதமும் அங்கே பொதுவுடைமையாவதில்லை.

பாரதக்கதையில் தருமனிடம் பூதமொன்று இருப்பதிலேயே பெரிய சோகம் எதுவென்று கேட்கிறது. மகனை இழந்த தந்தையின் துயரம் என்கிறார் தருமன். மொத்த மகாபாரதத்தையும் தந்தைக் கதைகள் என்று சொல்வதற்கு ஏதுவாக இக்கூற்று அமைகிறது. தாயின் அடையாளப்படுத்துதலில் அர்த்தம் கொள்கிறது தந்தை எனும் சொல். இதனாலேயே தந்தை எனும் அடையாளத்தை தக்க வைக்க தன் வாழ்நாள் முழுக்க அவ்வுயிர் போராடுகிறது. தன் மீது ஏற்றி வைக்கப்பட்டிருக்கும் அடையாளத்திற்கு கருத்தியல் முலாம் பூசுகிறது. அதை மரபாக்கி வம்சவம்சமாக மகன்களின் வழியே சுமக்க வைக்கிறது. நவீனத்தை புரிந்துகொள்ள முடியாத தந்தை சுமக்கும் தவறான கருத்தியல் சமூகத்திற்கான அவலமாக மாறிவிடுகிறது. கொலையும் செய்வான் தகப்பன் எனும் சொல்லாடல் சமகாலத்திற்கு மிகப்பொருத்தமானதாகாவும் அமையக்கூடும்.

தந்தையர்கள் பலகீனமானவர்கள். கருத்தியல்களை சுமக்கவியலாமல் இறக்கி வைக்க இடம் தேடுபவர்கள். இலக்கியமும் தாய்க்கு அளித்த அளவிற்கான இடத்தை தந்தைக்கு கொடுக்கவில்லை. சொல்லப்படாத ஓராயிரம் தந்தைக் கதைகள் எழுதக் காத்திருக்கின்றன.

தந்தைமை அநித்யப் புதிர். இப்புதினம் அதன் ஒரு துளி.

கிருஷ்ணமூர்த்தி
சென்னை41.

1

"ஒரு கிலோ சர்க்கரை, அரை கிலோ கடலை மாவு, கால் லிட்டர் நெய்"

மீசையும் தாடியும் நன்கு மழித்த முகம். நெற்றியை அலங்கரித்திருந்த விபூதியின் தடம். கைவசம் நகைக்கடையின் பெயர் கொண்ட சின்ன மணிப்பர்ஸ். வாங்கும் பொருட்களை எடுத்துச் செல்ல ஏதுவாய் ஒரு துணிப்பை. இஸ்திரி போட்ட சட்டையும் வெண்ணிற வேட்டியுமாய் செல்வம் எடுப்பாய் தென்பட்டார்.

"சார் ரெண்டு வாரமா ஆளையே காணலையே? அன்பு வருவாப்ல, ஆனா அவனையும் காணல", என்றார் கடைக்காரர்.

செல்வம் சிரித்தார். அதிகம் எதுவும் பேசாமல் பொருட்களை வாங்கி மிகச் சரியாக சில்லறைகளை எண்ணி வைத்தார்.

வீடு நோக்கி திரும்பி நடந்தார். ஒவ்வொரு தெருவையும், கடந்து செல்லும் ஒவ்வொரு வீடுகளையும் ஆதுரமாக பார்த்தார். நடைபழக கற்றுக்கொண்ட குழந்தையின் சுறுசுறுப்புடன் நோட்டம் விட்டார். புன்சிரித்தவாறே நடந்தார். செல்வத்தின் வீடிருக்கும் தெருவிலிருந்து மூன்று தெருக்கள் தள்ளி அமைந்திருந்த பிள்ளையார் கோயிலுக்கு செல்லத் தோன்றியது. கோயிலிருக்கும் தெருவிற்குள் நுழைந்தார். பூசாரியைத் தவிர யாருமில்லாத கோயில். பூசாரியும் பிள்ளையாரின் கண்ணில் படாமல் வெளியே மூக்குப்பொடி போட்டுக்கொண்டிருந்தார்.

"உங்கள இந்த பக்கம் பாத்தே எத்தன நாள் ஆச்சு! நல்லா இருக்கீங்களா?" என்று பூசாரி விசாரித்தார்.

மூக்குப்பொடி சமாச்சாரத்தை விட்டுவிட்டு ஆரத்தித் தட்டை கையிலெடுத்தார். பிள்ளையாரைச் சுற்றி கற்பூர ஒளி வீசியது. விபூதிக்காக தட்டை நீட்டும் போது தட்டில் செல்வம் நூறு ரூபாய் வைத்தார். பூசாரிக்கு அளப்பறிய சந்தோஷம். அந்த நகரில் பண்டிகைகள் இல்லாத நாட்களில் சில்லறைகளே கணிசம் தான். திடீரென வரும் நூறு ரூபாய் பெரும் மகிழ்ச்சியை அளித்தது. பிள்ளையாரிடமிருந்து சாமந்திப்பூவொன்றை எடுத்துவந்து செல்வத்திடம் கொடுத்தார்.

“வீட்ல எல்லாரும் நல்லா இருக்காங்களா?” என்று செல்வம் கேட்டறிந்தார்.

பேச்சு தெருவாசிகளைப் பற்றியும் தெருவில் நிகழும் சின்னச் சின்ன மாற்றங்களைப் பற்றியும் நீண்டது. செல்வம் வம்புப் பேச்சில் ஆர்வமற்றவராய் நழுவ விரும்பினார். பூசாரியிடம் விடைபெற்றுக்கொண்டு பிள்ளையாரை மூன்று முறை சுற்றினார். சின்ன கோயிலின் உள்ளே ஒரு மூலையில் அமர்ந்துகொண்டார். காரணமற்று சிரிக்கத் தோன்றியது. புன்னகையுடன் பிள்ளையாரைப் பார்த்தவண்ணம் அமர்ந்திருந்தார்.

கடைக்காரர் குறிப்பிட்ட அன்பு எனும் சொல் சிந்தனையைக் கிளறியது. தனக்கு ஆதரவாய் இருக்கும் ஒரே ஜீவன் அன்பு தான் என்பதை எப்போதும் நினைத்துக்கொள்வார். ஆறாண்டுகளுக்கு முன்பு தான் அந்த நட்பு முளைத்தது.

அன்புவிற்கு இரண்டு குழந்தைகள். சாந்தி தியேட்டர் அருகே ஸ்பேர் பார்ட்ஸ் கடை வைத்து வருபவன். மெக்கானிக்காக இருந்து கடை வைக்கும் அளவு வாழ்வில் படிப்படியாக உயர்ந்தவன். அவ்வப்போது வீடு தேடி வரும் சின்னச் சின்ன பழுதுநீக்க வேலைகளையும் செய்து கொடுப்பான். ஏழாண்டுகளுக்கு முன்பு செல்வம் வசிக்கும் அதே தெருவிற்கு குடிவந்தான். செல்வத்திற்கு பக்கத்துவீடு. அவ்வப்போது அவனுடைய குழந்தைகள் செல்வத்திடம் தாத்தா தாத்தா என விளித்துக்கொண்டு பேச்சு கொடுக்கும். இந்த பழக்கம் பண்டிகை காலங்களில் பலகாரங்களின் பண்டமாற்று வரை நீண்டது.

ஒருநாள் காலை நான்கரை மணியளவில் கழிவறைக்கு செல்ல எழுந்துகொண்ட அன்பு பக்கத்து வீட்டின் பின்புறம் கீழே விழுந்திருந்த செல்வத்தைப் பார்த்தான். அதிர்ச்சியுடன் சுவர் ஏறிக் குதித்து எழுப்ப முற்பட்டான். தண்ணீர் தெளித்தும் செல்வத்திற்கு விழிப்பு

வரவில்லை. மார்பை லேசாக அழுத்திப் பார்த்தான். அசைவில்லை என்றவுடன் பயம் தொற்றியது. உடனே ஆம்புலன்ஸை வரவழைத்து அருகிலிருக்கும் ஆர்.பி.எஸ் மருத்துவமனைக்கு கூட்டிச் சென்றான். இரண்டு மணி நேரம் கழித்து கண்விழித்தார். அதற்கு முன்னரே மருத்துவர் அன்புவிடம் செல்வத்தின் உடல்நிலை குறித்தத் தகவலைச் சொல்லியிருந்தார். மிகக் கடினமான நேரத்திலேயே அழைத்து வந்திருந்தீர்கள் என்றும் மாரடைப்பு எனும் காரணத்தையும் பகிர்ந்திருந்தார். ஆனால் செல்வத்தின் குடும்பம் குறித்த தகவல் எதுவும் தனக்கு தெரியாமல் இருந்தது அந்த தருணத்தில் அன்புவிற்கு வருத்தமளித்தது.

செல்வம் கண்விழித்தவுடன் தனக்கு ஏற்பட்ட விஷயங்களை கேட்டறிந்தார். பின் அன்புவிடம் வீட்டுச்சாவியைக் கொடுத்து பணமிருக்கும் தகவல்களைப் பகிர்ந்து எடுத்து வரச் சொன்னார். தன் மீது இத்தனை நம்பிக்கை வைத்திருப்பதைக் கண்டு மிரட்சியுற்றான். மருத்துவமனையிலிருந்து கிளம்பும்போது தன்னிடம் தைரியமாக வீட்டுச்சாவியை கொடுத்தது குறித்து அறிய விரும்பினான்.

“ஒருத்தர் மேல நம்பிக்கை வைக்க காரணம் தேவைனு எனக்கு என்னிக்கும் தோணுனது இல்ல”

சிரிப்புடன் அவர் கூறிய பதில் அன்புவிற்கு புத்துணர்ச்சியளித்தது. ஆனால் அதற்கு பிறகு குடும்பம் குறித்து விசாரிக்கும் போது ஏற்பட்ட மௌனம் ஆச்சர்யமளித்தது.

கோயிலில் எழுந்த நினைவுகளின் தாக்கத்தில் அன்புவை சந்திக்க விரும்பினார். கைக்கடிக்காரத்தைப் பார்த்தார். மணி ஏழே முக்கால். இந்நேரம் அலுவலுக்காக கிளம்பியிருக்க மாட்டான் என தனக்குத்தானே சொல்லிக்கொண்டார். வீடு சென்று சேரும்போது அங்கு அன்புவின் வண்டி இல்லாமலிருந்தது செல்வத்திற்கு ஏமாற்றமளித்தது.

வாங்கி வந்த பொருட்களை சமையலறையில் பையுடன் வைத்தார். நோய்த்தொற்று தொடங்கியதிலிருந்து ஆரம்பித்த பழக்கத்தை கைவிடாமல் கைகால்களை நன்கு கழுவினார். கடந்த ஒரு வாரமாக சுத்தம் செய்த வீட்டின் ஒவ்வொரு அறையையும் நோட்டம் விட்டார். சின்னச் சின்ன தூசிகளையும் தேடித்தேடி துடைத்தார். அவ்வீட்டிற்கு புதிதாக பெயிண்ட் அடித்து தோராயமாக ஒன்பது ஆண்டுகள் ஆகியிருந்தன. ஆனால் கடந்த ஒரு வாரத்தில் செல்வத்தின் செயலில் வீடு புதுப்பித்தாற்போன்று தென்பட்டது.

செல்வத்தின் இச்செயல் அத்தெருவோரின் பேசுபொருளாகவும் மாறியிருந்தது. சிலர் செல்வத்தின் வீட்டிற்கு உறவினர் யாரேனும் வரப்போகிறார்களா எனும் கேள்வியையும், சிலருக்கு செல்வம் வீட்டை விற்கப் போகிறாரா எனும் சந்தேகத்தையும் கொடுத்தது. அவர் வைத்திருந்த பழைய ஆக்டிவா வண்டியை மூன்று மாதத்திற்கு முன்பு விற்றிருந்தார். கிட்டத்தட்ட இந்த சுத்தப்படுத்தல் நடவடிக்கை அன்றிலிருந்தே தொடங்கியது. சில நேரங்களில் இதை கவனிக்கும் அன்பு ஏதேனும் உதவி செய்யட்டுமா என கேட்பதுண்டு. செல்வம் எப்போதும்போல் புன்னகையுடன் மறுத்துவிடுவார்.

வீட்டின் மையத்தில் நாற்காலியில் அமர்ந்து சற்று இளைப்பாறினார். பறவை கூட்டை விட்டு பறந்துவிடுவதுபோல் இந்த வீடு தன்னிடமிருந்து நழுவிவிடுமோ எனும் பயம் அவரைத் தொற்றிக்கொண்டது. தொடக்கத்தில் கெட்ட கனவு என்று எண்ணினாலும் நாள்பட எண்ணம் வலுகொண்டது. சில நேரங்களில் கைவிடப்பட்ட மனிதனாக அதே தெருவின் முனையில் நின்று தன் வீட்டை ஏக்கத்துடன் பார்க்கும் காட்சி கனவாய் வந்து அதிர்ச்சியில் எழுந்ததுமுண்டு. தன்னிடம் தொடர்ந்து ஒட்டியிருக்கும் ஒரே உயிரியாக அந்த வீட்டைக் கருதினார். இப்படியான எண்ணங்கள் அதிகரித்து பீறிட்டு அழத் தோன்றும் தருணங்களில் சாவதானமாக தன்னை மாற்றிக்கொள்ள அன்புவிடம் பேச்சுகொடுப்பார். ஊரின் விஷயங்களும் அன்புவின் வியாபாரம் குறித்த தகவல்களையும் கேட்டறிவார். அவன் சொல்லும் யாதொரு விஷயங்களும் தனக்கு பயன்படப்போவதில்லை என்பதை அறிந்தும் தொடர்ந்து கேட்க விரும்புவார். யாரோ தன்னுடன் உரையாடுகிறார்கள் எனும் நம்பிக்கையே அவருடைய தேவையாக இருந்தது.

அரசு ஊரடங்கை அமல்படுத்தத் துவங்கிய சமயங்களில் செல்வத்திடம் எவ்வித பாதிப்பும் ஏற்படவில்லை. தெருவோர் தங்களுடைய குழந்தைகளின் கல்வி குறித்தும், கணவர்களின் வியாபாரம் குறித்தும், மளிகை சாமான்கள் கிடைக்குமோ எனும் கவலைகளும், காய்கறிகள் இனி வீடு தேடி வருமோ எனும் ஏக்கங்களும் வம்புப்பேச்சுகளின் வழியே செல்வம் அறிந்துகொண்டார். தெருவில் காய் விற்பவர் வரும்போது வாங்குவதும், வராத நேரத்தில் இருப்பதை வைத்து சமாளித்துக்கொள்வதும் செல்வத்தின் இயல்பானது. மாதம் முதல் தேதிகளில் வங்கிக்கு செல்வதை மட்டும் வாடிக்கையாகக் கொண்டிருந்தார். அவ்வப்போது அன்புவிடம் தனக்குத் தேவையான சின்னச் சின்ன பொருட்களை வாங்கித் தர முடியுமா எனக் கேட்டு பெற்றுக்கொண்டதுண்டு.

ஜூலை மாதத்தின் மத்தியில் அன்பு அவருக்காக பத்து கிலோ புழுங்கல் அரிசி வாங்கி வந்திருந்தான். எப்போதும்போல் அல்லாமல் அன்று சிறிது நேரம் அவனுடன் உரையாட செல்வம் விருப்பப்பட்டார். தனக்கு வரும் துர்கனவுகள் பற்றிப் பகிர்ந்தார். பதிலுக்கு அவனிடமிருந்து ஆறுதலை எதிர்பார்க்கவில்லை. இருப்பினும் அன்பு ஆறுதல்படுத்தினான். தனிமையாக இருப்பதே இப்படியான சிந்தனைகளுக்கு வழிவகுக்கிறது என்பதாக அவனது சொற்கள் அமைந்தன. அதை அவர் மனம் ஏற்றுக்கொள்ளவில்லை.

“வீடு ஒருத்தனுக்கு தனி உலகம் அன்பு. அந்த உலகம் உன்னை வெளிய தள்றதா வர்ற சிந்தனை ரொம்ப கொடூரமானது”

இரண்டொரு நொடிகளில் இருவரும் வீட்டிற்குள் சென்றனர். செல்வத்தின் சொற்கள் அன்புவிற்கு புரியவில்லை. எனினும் அவருடைய சொற்கள் நீண்ட நாட்களுக்கு நினைவில் தங்கியது.

செல்வத்திற்கு அப்போதும் அதே கனவின் நினைவு தொந்தரவு செய்தது. தன்னை சுறுசுறுப்பாக்கிக்கொள்ள குளித்தார். சுத்தம் செய்யும்போது பரணிலிருந்து ஒரு பெட்டியை மட்டும் எடுத்து தனியே ஒதுக்கி வைத்திருந்தார். அதிலிருந்து கந்தலான ஆடையொன்றை எடுத்தார். துவைத்திருந்தும் அதன்மீது அழுக்குகள் ஒட்டி—யிருந்ததைப் போன்றே தோற்றமளித்தது. அதை அணிந்துகொண்டார். கண்ணாடியில் பார்க்கும்போது தன் இளமைக்காலத்தை நினைவூட்ட அந்த ஆடை உதவியது. சமையலறைக்கு சென்றார். ஊரடங்கிற்கு பின்னரே அவர் சமைத்து சாப்பிடத் தொடங்கியிருந்தார். அன்றைய காலைக்கான உப்புமாவை ஏற்கனவே செய்திருந்தார். அதைத் தள்ளி வைத்துவிட்டு வெகு நாட்களாக பயன்படுத்தாமல் இருந்த வாணலியை எடுத்துக் கழுவினார். தண்ணீர் ஊற்றி சர்க்கரையை இட்டு சர்க்கரைப்பாகு தயாரித்தார். கடலைமாவை அதனுடன் சேர்த்து பக்குவமாகக் கிண்டினார். தோலின் நிறத்தில் திரண்டு வந்துகொண்டிருந்த பதம் அவர் முகத்தில் சிரிப்பை வரவழைத்துக்கொண்டிருந்தது. கைகள் லாவகமாக, வாணலியில் அடிவொட்டாமல் வழிப்பதில் வேகத்தைக் கூட்டின. ஏற்கனவே ஒரு சின்ன தாம்பாளத்தில் நெய் தடவி வைத்திருந்தார். அதில் இந்த கெட்டியான பதத்தை மெதுவாக ஊற்றினார். கைகள் சுட்டன. செல்வம் அதை பொருட்படுத்தவில்லை. மின்விசிறியை சுழலவிட்டு அதனடியில் தாம்பாளத்தை வைத்தார். வியர்த்துக்கொட்டியது. அதனருகிலேயே அமர்ந்துகொண்டார். அவரறியாவண்ணம் தரையில் படுத்து உறங்க ஆரம்பித்தார்.

மாலை நான்கரை மணியளவில் களைப்பு தீர உறக்கத்திலிருந்து எழுந்தார். மைசூர்பாகு தயாராகியிருந்தது. கத்தியை எடுத்து வந்து சம அளவில் அதைப் பிரித்தார். ஒவ்வொன்றாக எடுத்து அதற்கென ஏற்கனவே சுத்தப்படுத்தி வைத்திருந்த பழைய தூக்குசட்டிக்குள் போட்டார். சமையல் மேடையை சுத்தமாக துடைத்தார். தூக்குசட்டியை மட்டும் அதன் மையத்தில் வைத்தார்.

ஆறரை மணியளவில் வெளியில் நடக்கச் சென்றார். பழகிய அத்தனை தெருக்களின் ஊடாக நடந்தார். புதுப்பித்த வீடுகளின் பழைய வடிவங்களை அசைபோட்டார். அங்கு குடிவந்தபோது இருந்த தெருவின் அமைப்புகளையும் நினைத்துக்கொண்டார். எப்போதும்போல் அப்போதும் தன் சிந்தனைகள் தேவையற்றவையோ எனும் எண்ணம் தோன்ற வீடு திரும்பினார். ஒவ்வொரு நாள் மாலையும் இப்படியான நடைபயிற்சியும் சிந்தனையின் வசத்தால் தடைப்பட்டு வீடு திரும்புவதும் செல்வத்தின் வாடிக்கையானது. அன்று வீடு திரும்பும்போது அன்பு வாசலில் தன் மகன்களுடன் விளையாடிக்கொண்டிருந்தான். செல்வத்தைப் பார்த்தவுடன் முகமன் கூறும் புன்சிரிப்பு.

"என்ன சார் விருந்தாளிங்க வாராங்களா?" என்று விசாரித்தான்.

ஏன் இந்த கேள்வி என்பதுபோல் நெற்றியைச் சுருக்கினார்.

"இல்லை சார் காலைல நல்ல ஸ்வீட் வாசனை வந்ததா வீட்டம்மா சொன்னாங்க. அதான் ஏதும் விசேஷமா?"

இல்லை என்பதுபோல் சிரிப்புடன் தலையாட்டினார். பின் அன்பை அழைத்து "ஒரு வாக் போவோமா?" என விசாரித்தார். மகன்களையும் அழைத்து வரட்டுமா என கேட்கவிருந்த அன்பு செல்வத்தின் முகத்தில் தெரிந்த ஆழ்ந்த சோகத்தைக் கண்டவுடன் தவிர்த்தான். இருவரையும் வீட்டிற்குள் அனுப்பிவிட்டு செல்வத்துடன் நடந்தான்.

"நாளாக நாளாக ரொம்ப பாரமா இருக்கு அன்பு. இந்த வீடு என் மேல பொதி மூட்டையா ஏறி நிக்குது. பழைய ஞாபகங்கள் எல்லாத்தையும் யோசிக்க வைக்குது. சில நாள் ஓடி போயிடலாமானு ஒரு எண்ணம். ஆனா அருபத்தி அஞ்சு வயசு ஓடறதுக்கு சரியான வயசா எனக்கு தோணல."

நேரடியாக தன்னுள் இருக்கும் கவலையை பேசிவிட்டு மௌனமானார். பெருங்காற்றுக்கு பிறகான அமைதியை அன்பு

உணர்ந்தான். ஆறுதலளி என அவனது மனம் நினைவூட்டினாலும் அதில் நம்பிக்கையை இழந்திருந்தான். செல்வத்திற்கு தேவையானது வேறெதுவோ ஒன்று. அது தன் சொல்லில் நிச்சயம் இல்லை என்பதை சமீப நாட்களில் நன்கு உணர்ந்திருந்தான். மேலும் அவரே தொடர்ந்தார்.

“பல நாள் நீ சொல்றதயும் யோசிச்சிருக்கேன் அன்பு. தனியா இருக்கறதுனால தான் இப்படி தோணுதோன்னு. அந்த தனிமைக்கு என்னதான் மருந்து? புக் படிக்க ட்ரை பண்ணிட்டேன், டிவி பாத்தேன். ஒண்ணும் வேலைக்கு ஆகல. என் வயசுல ரீமேரேஜ் பண்ணிக்கலாம்னா பொறுப்புகள எடுக்குற தைரியம் இப்ப எனக்கு இல்ல.”

எதையோ சிந்தித்தவாறு மீண்டும் உரையாடலை நிறுத்தி அமைதியானார். அன்பு பேசினான்.

“உங்களுக்கே தெரியும் சின்ன வயசுலயே அப்பாவ எழந்துட்டேன். உயிரோட இருந்திருந்தா உங்க வயசு தான் அவருக்கும். அவர நெனச்சு உங்க கிட்ட ஒண்ணே ஒண்ணு சொல்றேன். நெறயா சிந்திச்சு மனச கொழப்பிக்காதீங்க. கொஞ்ச நேரம் வேணா எங்க பசங்களுக்கு கத சொல்லுங்க, வெளையாடுங்க. எப்ப வேணா கூப்பிடுங்க வாக்கிங் வர்றேன். ஆனா கவலை மட்டும் படாதீங்க”

நம்பிக்கையுடன் அவனைப் பார்த்து சிரித்தார். இருவரும் வீடு திரும்பினர்.

“உன் சம்சாரம் சொன்னது சரிதான். நாளைக்கு காலைல வந்து வாங்கிக்கோ. ஒரு நல்ல ஸ்வீட்”

சிரித்துக்கொண்டே இருவரும் விடைபெற்றுக்கொண்டனர்.

***

காலையில் சாப்பிட்ட உப்புமாவிற்கு பிறகு எதையும் சாப்பிட விருப்பமற்றவராய் செல்வம் இருந்தார். கடைசியாக இருந்த ஒரு டம்ளர் பாலில் இஞ்சியைத் தட்டி நீரில் கொதிக்க வைத்தார். மெதுவாக ஒரு தேநீரை தயாரித்தார். பின் அதை மூடி வைத்துவிட்டார். கடைசி டம்ளர் பாலை எடுத்தவுடன் பிரிட்ஜ் காலியானது. சற்று நேரம் வீட்டின் பின்பக்கம் அமர்ந்துகொண்டார். பின்னிருந்த நான்கு வாழை மரங்களில் ஒன்று தார் ஈன்றுவதற்கு தயாராகிக்கொண்டிருந்தது. அதற்கு நீர் பாய்ச்சினார். பின் வீட்டுக்குள்ளிருந்த, கடந்த சில நாட்களாக தொடர்ந்து எழுதி

வந்த டையரியை எடுத்து வந்தார். வாழைமரத்தை பார்த்த வண்ணம் மீண்டும் அமர்ந்துகொண்டு எழுதினார். எழுதியதை அடிப்பதும், திருத்துவதும் மீண்டும் எழுதுவதுமாக பக்கங்கள் நகர்ந்துகொண்டிருந்தன. பின் புதிதாக ஒரு காகிதத்தை எடுத்து ஏற்கனவே எழுதியதைப் பார்த்து பள்ளி மாணவனைப் போல் மறுபடியும் எழுதினார். சட்டைப்பைக்குள் வைப்பதைப் போன்று நான்காக மடித்தார். கொக்கியில் தொங்கிக்கொண்டிருந்த நீல நிற சட்டையின் பையில் வைத்தார். திருத்தி எழுதிய டையரியை தெருமுனையில் இருந்த குப்பைத்தொட்டிக்கு சென்று விட்டெறிந்தார்.

வீட்டிற்கு திரும்பியவுடன் தேநீரை பெரிய தம்ளரில் ஊற்றி மொட்டை மாடிக்கு எடுத்துச் சென்றார். குளிர் சில்லிட்டது. பௌர்ணமிக்கு நான்கு நாட்களிருந்த நிலவின் வெளிச்சம் பரவி—யிருந்தது. சுவரில் சாய்ந்து அமர்ந்துகொண்டார். இஞ்சியின் காரம் குளிருக்கு இதமாக அமைந்தது. தன்னை அடைத்து வைத்திருக்கும் சொற்களிலிருந்து விடுதலையை விரும்பினார். எப்போதும் மண்டைக்குள் சுழலும் கடந்த கால உரையாடல்களிலிருந்து தப்பிக்கவே அனுதினமும் எண்ணினார். தேநீரின் இதம் பழைய உரையாடல்களை மீண்டும் நினைவூட்டியது. சில நேரங்களில் அழவும் செய்தார். மறக்க நினைக்கும் விஷயங்கள் பலவற்றை அன்றாடம் எப்போதும் நினைவூட்டியபடி இருந்தது. தப்பிக்க முடியாத கடந்தகாலத்தின் உரையாடல்களே அவரது அப்போதைய வாழ்க்கையானது. தேநீர் தீர்ந்தும் நெடு நேரம் குளிரில் அமர்ந்திருந்தார்.

நள்ளிரவில் மொட்டைமாடியிலிருந்து கீழிறங்கினார். மீண்டும் குளித்தார். குளிர்ந்த நீர் உடலை குத்தீட்டியைப் போன்று குத்தியது. நடுங்கிக்கொண்டே கந்தலான ஆடையை ஓரமாக வைத்துவிட்டு புதிய ஆடையொன்றை எடுத்து அணிந்துகொண்டார். தன் மணிப்பர்சிலிருந்து பணத்தை எடுத்து எண்ணினார். சின்னச் சின்ன காகிதங்களை எடுத்து அதன் மீது எதையோ எழுதினார். அதை மடக்கி தலையணைக்கு அடியில் வைத்துக்கொண்டார். சட்டைப்பையில் வைத்த காகிதத்துடன் பணத்தை சுருட்டி வைத்தார். உறங்கப் போவதற்கு முன் எப்போதும் போல் வீட்டை பூட்டினார். ஜன்னல் கொண்டிகளை இட விரும்பாமல் மூடி மட்டும் வைத்தார். மேலும் ஜன்னலுக்கு அருகிலேயே பூட்டிய சாவியை வைத்துவிட்டு உறங்கச் சென்றார்.

2

நள்ளிரவு இரண்டு மணியைக் கடந்திருந்தது. உறக்கம் பிடிக்காமல் கட்டிலில் அன்பு புரண்டுகொண்டிருந்தான். தான் புரள்வதால் அவ்வப்போது மனைவி கோமளாவிடமிருந்தும் மூத்த மகன் வெற்றியிடமிருந்தும் உச் சத்தம் கேட்டுக்கொண்டிருந்தது. எழுந்து வீட்டின் பின்புறம் சென்று அமர்ந்துகொண்டான். செல்வத்தின் வீட்டைப்போலவே இந்த வீட்டிலும் பின்பக்கம் வாழையும் தென்னையும் வளர்ந்திருந்தது. இரண்டாவது மகன் பிறந்த சில மாதங்களில் பூச்சிகளினால் குழந்தையின் தோலில் ஒவ்வாமை ஏற்பட்டது. அது வாழை மரம் வைத்ததால் தான் என்று தொடங்கிய வாக்குவாதம் அனைத்து மரங்களையும் முழுதுமாக எடுப்பதில் வந்து நின்றது. அனைத்து மரங்களையும் எடுத்து காரை பூசி குழந்தைகள் விளையாடுவதற்கு ஏதுவாய் மாற்றியிருந்தனர். இது போன்று உறக்கம் பிடிக்காத சமயத்தில் அந்த காரையின் மத்தியில் கயிற்றுக்கட்டிலை இட்டு படுத்துக்கொள்வது அன்புவுக்கு வழக்கம்.

காற்று அதிகம் வீசவில்லை. குளிரும் புழுக்கமும் ஒருசேர கவிந்திருப்பதாக உணர்ந்தான். எப்போதும் தன் ஆறுதல் வரத்தைகளை எடுத்துக்கொள்ளாமல் கடந்து செல்லும் செல்வம் அன்று மட்டும் நம்பிக்கையோடு வெளிக்காட்டிய புன்னகை அவனைத் தொந்தரவு செய்தது. செல்வத்திற்கும் தனக்குமான தொடர்பை நினைவுபடுத்திக்கொள்ள முயன்றான்.

கண்டிப்பாக வீடு வேண்டும் என்று மறுவீட்டிலிருந்து எழுந்த அழுத்தத்திற்கு நினைவுகள் மோதின. திருமணமாகி ஐந்து ஆண்டுகள் ஆகியிருந்த சமயம். வாடகை வீட்டிலேயே குடியிருந்து வந்தனர்.

அக்கம் பக்கத்தினருடன் அதிகமாக உரையாடும் கோமளா சேலத்தில் குறைந்த முன்பணத்தில் சொந்தமாக வீடு வாங்கலாம் எனப் புழங்கிய வம்புப்பேச்சில் சிக்கினாள். சிலமுறை நேரடியாக கணவனிடம் கேட்டுப்பார்த்தாள். தன்வசம் அவ்வளவு முன்பணம் கூட இல்லை என்பதை அவளால் ஏற்றுக்கொள்ள முடியாமல் போனது.

அன்பு அவனது வீட்டின் ஒரே மகன். தந்தை இறந்ததால் ஐடிஐ வரை மட்டுமே படித்து ஊருக்குள்ளேயே லேத்துப்பட்டறையில் வேலைக்கு சேர்ந்தான். சில நண்பர்களின் உதவியுடன் மெக்கானிக் வேலைகளைக் கற்று, தனியாகக் கடை வைத்து வாகனங்களுக்குப் பழுதுபார்த்தான். பின் அம்மாவிற்கு ஏற்பட்ட பக்கவாதம் அவனது அயராத உழைப்பில் முட்டுக்கட்டை இட்டது. ஆரம்பகட்ட சிகிச்சைகள் மேற்கொள்ளப்பட்டன. பின் இதுவே அம்மாவின் வாழ்க்கை என்றானவுடன் அன்புவிற்கு சுமை கூடியது. தான் சேர்த்து வைத்திருந்த சொற்ப பணம் முழுக்க அம்மாவின் சிகிச்சைக்கு என்று தீர்ந்தது. பின் அம்மாவின் வங்கிக்கணக்கில் தனக்கு தெரியாமல் சேர்த்து வைத்திருந்த எண்பத்தைந்தாயிரம் ரூபாயை வாங்கி ஏதேனும் வியாபாரம் தொடங்க எண்ணினான்.

அவனிடம் தன் வண்டிக்கு பழுது நீக்கிய காவல் அதிகாரி ஒருவர் தனக்கு சொந்தமான சின்ன கடையொன்று மூணு தியேட்டர் அருகே காலியாக உள்ளது எனும் தகவலைப் பகிர்ந்தார். தன்னிடம் உள்ள முன்பணத் தகவல்களையும் கூறி இதை வைத்து தனக்கு உதவ முடியுமா என்று வெளிப்படையாகக் கேட்டான். இன்றளவும் தன் நினைவில் நிற்கும் சில நல்ல உள்ளங்களின் பெயர்களில் அந்த காவல் அதிகாரி பூபதியையும் நினைவில் வைத்துக்கொண்டான். தொடக்க ஆண்டு மட்டும் வியாபாரம் சூடு பிடிக்கவில்லை. அடுத்த இரண்டு ஆண்டுகளில் நல்ல லாபம் பார்த்தான். கூறியபடியே மூன்று ஆண்டுகளில் பூபதியிடம் வாங்கிய கடனைத் திருப்பி செலுத்தியிருந்தான். மேலும் அந்த சின்ன ஸ்பேர் பார்ட்ஸ் கடை— யினுள்ளேயே பழைய வண்டிகளை வாங்கி விற்க உதவுவதும், வண்டிகளை ரிப்பேர் செய்வதும் என்று வாகனம் சம்மந்தப்பட்ட விஷயங்களைத் தொடர்ச்சியாக செய்துவந்தான்.

இதனிடையில் திருமணமும் கைகூடியது. அவனே புரோக்கர் வழி கோமளாவை அறிந்து, வீட்டில் பேசி எளிமையாக திருமணம் நிகழ்ந்தது. மூத்த மகன் கருவுற்றிருந்த சமயத்தில் எழுந்த வீடு குறித்த பேச்சு அவனை அதிகமாகக் காயப்படுத்தியது. கோபத்தில் கசிந்த கோமளாவின் சொற்கள் அன்றளவும் நினைவில் அவனைக் காயப்படுத்திக்கொண்டிருந்தது.

“இதப்பாரு உங்கம்மா ரெண்டு புள்ள பெக்காதது என் குத்தமில்ல. நீங்க சம்பாரிக்கறத எல்லாம் அம்மாவோட சீக்குக்குனு செலவு செஞ்சிக்கிட்டு இருப்ப. அப்ப குடும்பத்துக்கு என்ன செய்வ எப்ப செய்வனு கேட்டா நான் குத்தவாளியா? எனக்கு நானும் எம்புள்ளைங்களும் தான் முக்கியம். எங்களுக்குனு சொந்தமா ஒரு வீடு இருக்கணும். அது எங்களுக்கு ஒரு நம்பிக்கை. உனக்கு எங்க புரியப்போகுது. உங்கம்மாக்கு அப்பறந்தான் இந்த குடும்பமே உனக்கு தெரியும்!”

நினைவு அம்மாவின் பிரிவிற்கு தாவியது. வீடு தேடி சேலம் முழுக்க நிறைய இடங்களுக்கு பயணப்பட்டான். தன் வரும்படிக்கு ஏற்ற வகையிலான வீட்டை கண்டடைய நெடுநாட்களானது. செல்வத்தின் வீட்டிற்கு அருகிலிருந்த வீடு மட்டும் பார்த்த மாத்திரத்தில் பிடித்துப்போனது. மறுவீட்டிலிருந்து கொடுக்கபட்ட முன்பணத்தொகையுடன் வீடு வாங்கினான். புது வீட்டில் குடிவந்த இரண்டாம் மாதத்திலேயே அம்மா இறந்தார். சில நாட்கள் சோகம் வீட்டை ஆக்கிரமித்திருந்தாலும் அன்புவைத் தவிர அனைவரும் சீக்கிரமாக இயல்பு நிலைக்கு திரும்பியிருந்தனர். மனைவிக்கு புது வீட்டில் முதலில் நடந்த பெரிய விஷயமே மரணமாகப் போனது காலப்போக்கில் மூளும் சண்டைகளுக்கு தூபம் போட்டது. ஆனால் வீடு வாங்கியதிலிருந்து இப்போதுவரை இந்த தெருவில் மாறாமல் இருந்து வருபவர் செல்வம் மட்டும் தான்.

அம்மாவின் மரணம் வரை செல்வத்துடன் முகமன் மட்டுமே உரையாடலாய் அமைந்திருந்தது. அம்மா இறந்த தினம் பெரும் உதவியாய் இருந்தவர் செல்வம் தான். அருகிலிருக்கும் இடுகாட்டிற்கு சென்று விவரங்கள் பேசுவது, எடுத்து செல்ல ஆட்களை வரவழைப்பது போன்ற பல உதவிகளைச் செய்தார். இவையெல்லாவற்றையும் விட மனைவியைக் காட்டிலும் அன்புவிற்கு ஆறுதலளித்தவராக அவர் மட்டுமே இருந்தார். அப்போது அதிகம் பேசாதிருப்பவராக இருந்தாலும் அம்மாவின் உடல்நலக்குறையை அறிந்தே வைத்திருந்தார். அம்மாவின் சாம்பலைக் கரைத்த பின் மேட்டூர் காவேரிக்கரையில் தோளின் மீது கைப்போட்டுக்கொண்டு கூறிய ஆறுதல் சொற்கள் அப்போதும் நல்லதொரு நினைவாய் மலர்ந்தது.

“ஒரே நாற்காலில அம்மா இருந்தாங்கனு நெனச்சுக்க வேண்டாம். அவங்க எல்லாரையும் எல்லாத்தையும் பாத்துகிட்டுதான் இருந்திருப்பாங்க. அவங்களோட மௌனம் தான் உங்களுக்கான பேச்சு. பிள்ளைங்கள எப்பவும் மேலருந்து பாத்துப்பாங்க.”

அதிகம் பேசிக்கொள்ளாவிட்டாலும் தனக்கும் செல்வத்திற்கும் இடையில் இருக்கும் உறவு அம்மாவின் மௌனத்திற்கு நிகரானதாக உணர்ந்தான்.

"தூக்கம் வரலையா?"

மனைவியின் உறக்கம் கலந்த குரல் சிந்தனையை இடறியது. திரும்பிப்பார்த்தான். பதில் எதிர்பார்க்காமல் கழிவறைக்கு சென்று திரும்பினாள். அன்புவிற்கு அருகில் அமர்ந்துகொண்டாள்.

"பக்கத்துவீட்டு செல்வம் சார பத்தி யோசிச்சிக்கிட்டு இருக்கேன்"

கோமளாவிற்கு கோபம் மூண்டது. கட்டிலில் இருந்து எழுந்துகொண்டாள்.

"மூத்தவன் ஒன்பதாவது. நாலு சப்ஜெக்ட்ல பெயிலு. ஆன்லைன் கிளாஸ் ஒழுங்கா அடெண்ட் பண்ணலனு மிஸ்கிட்ட கம்பளைண்ட். இதையெல்லாம் விட்டுபுட்டு அந்தாள பத்தி யோசிச்சிக்கிட்டு கிடக்குறியா? அந்தாளுக்கு நெறயா பென்ஸன் வருது. குடும்பம் இல்ல. ஒத்த கட்டை. என்ன குறை இருந்திடப்போகுது? சும்மா அனத்தாம தூங்குங்க"

மனைவியின் உதாசீனம் அன்புவைக் காயப்படுத்தியது. திரும்பி படுத்துக்கொண்டான்.

தனக்கு ஏற்படும் துர்கனவுகள் குறித்து செல்வம் முதன்முறையாக சொன்னது நினைவில் மீண்டது. வீடு எப்படி ஒருவருக்கு பாரமாக இருக்க முடியும் என்பதே அப்போதிலிருந்து அவனுக்கான சந்தேகம். செல்வத்தின் தனிப்பட்ட வாழ்க்கை குறித்து அதிகம் தெரிந்துகொள்ள அன்பு விருப்பப்படவில்லை. அவ்வப்போது தெரியப்படும் விஷயங்களே அவனுக்கு போதுமானதாக இருந்தது. செல்வத்தின் மனைவி அவரைப் பிரிந்து சென்று விட்டாரென்றும் அவரது மகனும் சண்டையிட்டுக்கொண்டு வேறொரு ஊரில் பணி செய்துகொண்டிருக்கிறான் என்று மட்டுமே அறிந்திருந்தான். அவ்வப்போது அவரது வருத்தமான உரையாடல்களில் மனைவி அல்லது மகனிடம் செல்லுங்கள் உங்களுக்கான ஆறுதல் கிடைக்கலாம் என சொல்லத் தோன்றும். ஆனால் பிரிவின் காரணத்தை அறியாமல் இப்படி சொல்லிவிட்டால் அதுவே வேதனையை கொடுக்கக்கூடும் என அமைதியாகிவிடுவான். சில நேரங்களில் நடைபயிற்சிக்கு அழைக்கும்போது எதையும் பேசாமல் வெறுமனே நடந்துவிட்டு திரும்புவார். காலம் செல்வத்திற்கு அதிகமாக மௌனத்தை கற்றுக்கொடுத்திருக்கிறது என்பதை அப்போது உணர்வான்.

கொசுக்கள் அவனை மொய்த்துக்கொண்டிருந்தன. உறக்கமின்றி தெளிவுடன் படுத்திருந்தான். செல்வத்தைப்போலவே மூப்படைந்தபின் தனக்கும் வீடு பாரமாகிவிடுமோ என சந்தேகித்தான். வீடு எந்த மனிதனையும் வெளியே துரத்துவதில்லை. மனிதன் தான் வீட்டை புறமொதுக்கி வெளியேறுகிறான் என்பதை உறுதியாக நம்பினான். தன் அப்பா குறித்து அம்மா சிறுவயது முதல் கூறி வந்த கதைகள் நினைவில் இடைச்செருகலாய் நுழைந்தது.

அன்புவின் அப்பா நடேசனுக்கு எட்டு வயது இருக்கும்போதே குடும்பத் தொழிலுக்கு அவரது அப்பா பழக்கியிருந்தார். வீட்டிலேயே தறி வைத்திருப்பதால் அடுத்த தலைமுறைக்கும் இந்த தொழில் செல்லும் பட்சத்தில் குடும்பத்திற்கான வருவாய் சீராக வந்து சேரும் என்பது தாத்தாவின் நிலைப்பாடு. ஆனால் அப்பாவின் கனவு வேறாக அமைந்தது. எப்படியாவது ஒரு டிரைவர் ஆகிவிட வேண்டும் என விரும்பினார். பதினைந்து வயது வரை தாத்தாவிற்கு இணையாக வீட்டில் தறி ஓட்டினாலும் இடையிடையே தன் கனவிற்கு தீனி போட வாய்ப்பு தேடிக்கொண்டிருந்தார். சைக்கிளில் பெரிய பெரிய நூல் கண்டுகளை எடுத்துக்கொண்டு சேலத்தின் நகரத்திற்கு செல்லும்போது தன் தொழில் ரீதியான மனிதர்களிடம் நட்பு பிடித்து தன் கனவை மெருகேற்ற விரும்பினார். தாத்தாவிடம் ஆர்டர் கொடுத்த நந்தகோபால் என்பவர் ஒரு வழிமுறையைப் பகிர்ந்தார்.

“உன்னோட அப்பாவுக்கு இங்க தெரிஞ்சவங்க நெறையா. அதனால வேற ஊருக்கு போ. தைரியமா கத்துகிட்டு வேலையோட வா. அப்ப அப்பாக்கும் உம்மேல கோபம் எதுவும் இருக்காது. புள்ள பொழைக்கறதுல எந்த அப்பாக்கு கோபம் வரும்?”

சில இரவுகள் இந்த சொற்கள் மட்டுமே அப்பாவின் காதுகளில் ஒலித்தது. பின் மீண்டும் ஒரு நாள் அவரை சந்திக்கும்போது அவருக்கு தெரிந்த ஆட்களின் வழியே வேறு ஏதேனும் ஊரில் கார் ஓட்டக் கற்றுக்கொடுத்து வேலையும் தரும் வகையிலான நபரை அறிமுகம் செய்துவைக்கச் சொன்னார். மதுரையில் அவருக்கான தகவல்கள் கிடைத்தன. தைரியம் கிடைக்காமல் சில இரவுகள் தாமதித்தார். ஓர் விடியலில் வீட்டை விட்டு வெளியேறினார். ஐந்தாண்டுகள் அவருக்கும் சேலத்திற்குமான தொடர்பு அறுந்துபோனது. மதுரையில் கார் ஓட்டுவதற்கான திறனைக் கற்று ராம்கோ சிமெண்ட்சில் கார் ஓட்டுனராக வேலைக்கு சேர்ந்தார். ஐந்தாண்டுகள் கழித்து வீடு வந்து சேரும்போது வீட்டின் நிலை எதிர்பார்த்திருந்ததை விட தலைகீழாக இருந்தது.

அப்பா வீட்டை விட்டு வெளியேறிய பின் தாத்தாவின் உழைப்பு கடுமையாகியிருந்தது. இரவு பகல் பாராமல் தறி ஓட்டியதில் இரண்டாண்டுகளில் தொடையின் நரம்பு இழுத்துக்கொண்டது. காலை நீட்டி மட்டுமே வைக்க வேண்டும் எனும் புதிய நிலை உருவானது. காலை மடக்கி அமர்வதற்கான தெம்பை இழந்திருந்தார். வியாபாரம் குறையத் தொடங்கியது. வீட்டிலுள்ள சில பொருட்கள் மருத்துவ செலவு என காரணம் காட்டி விற்கப்பட்டது. கடைசி நிலையாக அம்மா வீட்டு வேலைகள் செய்யத் துவங்கினார். இரண்டாண்டுகளில் தாத்தாவின் உயிரும் பிரிந்தது.

ஐந்தாண்டுகளுக்கு பிறகு திரும்பிய அப்பாவிற்கு வீடு வெறிச்சோடியிருந்தது. தாத்தாவுடன் தறியும் வேறு சில பொருட்களும் இல்லாமல் வீடு மூலியாகிக்கிடந்தது. அம்மா நெடுநாட்களுக்கு பேசாமல் இருந்தார். குற்றவுணர்ச்சி அப்பாவைத் தின்று தீர்த்தது. இரவு நேரங்களில் உளறுவது அவருக்கான வாடிக்கையானது. பாட்டி அதற்கு பிறகு சில மாதங்களே உயிருடன் இருந்தார். பசி பழகிய பாட்டியின் வயிற்றில் அல்சர் குடிவந்தது. படுத்த படுக்கையானார். தாத்தாவின் இறுதி நாட்களை கேட்டறிந்து பெற்ற குற்றவுணர்ச்சியைப் பாட்டியை பார்த்துக்கொள்வதன் மூலம் தப்பித்துவிடலாம் என அன்புவின் அப்பா எண்ணினார். காலம் அவனது குற்றவுணர்ச்சியைப் போர்த்திமூடியது. பாட்டி மரணிப்பதற்கு முன் கூறிய சொற்கள் அப்பாவை தனக்குள்ளேயே சிறைபடுத்திக்கொள்ள தோதாய் அமைந்தது.

“அவருக்கு உன்மேல கொஞ்சமும் கோவம் இல்ல. உன்னை பாக்கணும்னு ஏங்கினாரு. என்னால எங்கருந்து உன்னைய கூட்டிட்டு வரதுன்னு தெரியல!”

அன்புவின் அப்பாவிற்கு மீதமாய் வீடு மட்டுமே இருந்தது. ஒப்புமைகளால் மனம் நிறைந்தது. கதைகளாக மட்டுமே கேட்டறிந்த தன் அப்பாவையும் செல்வத்தையும் மனம் இணைகோடாக வரைந்தது. அவனையறியாமல் கண்ணீரும் உறக்கமும் கண்களை ஆக்கிரமிக்கத் தொடங்கியிருந்தது.

3

வெற்றியும் மணிகண்டனும் விளையாடிக்கொண்டிருக்கும் சப்தத்தில் அன்பு கண்விழித்தான். உறங்கியதாகவே அவனால் உணர முடியாத வண்ணம் கண்கள் எரிந்தன. வெப்பமான காற்று கண்களிலிருந்து வெளியேறியது. கண்களைக் கசக்கினான். புத்துணர்ச்சியின்றி நாள் துவங்கியது. கடைப்பையன் சங்கரை அழைத்து அன்று மதியத்திற்கு மேல் தான் கடைக்கு வருவேன் எனும் தகவலைப் பகிர்ந்தான். முகம் கழுவிய பின்பு கண்களின் எரிச்சல் குறையாமல் கண்கள் மேலும் சிவப்பாய் தெரிந்தது. கோமளா கொடுத்தத் தேநீரை வாசலில் செய்தித்தாள் வாசித்துக்கொண்டே குடித்தான். கைகள் செய்தித்தாளின் பக்கங்களைப் புரட்டின. சிந்தனை எந்த சொற்களிலும் சிக்காமல் அடுத்தடுத்த பக்கங்களுக்கு நகர்ந்துகொண்டிருந்தன. ஆங்காங்கே தென்பட்டப் புகைப்படங்களை மட்டும் பார்த்தான். நினைவுகள் முந்தைய இரவின் சிந்தனை—யிலேயே சிக்கியிருந்தது. தேநீர் முடிந்து எழும்போது அனிச்சையாக செல்வத்தின் வீட்டைப் பார்த்தான். அன்றைய காலையிலிருந்து எந்த சலனமும் ஏற்படாத வண்ணம் அமைதியாகவிருந்தது. வாசலில் செல்வத்தின் செருப்பும் இல்லை என்பதால் வெளியே சென்றிருக்கலாம் என யூகித்துக்கொண்டான்.

கண்களின் எரிச்சல் உடல் முழுக்கப் பரவியது. மகன்களின் விளையாட்டுச் சத்தம் எரிச்சலை அதிக்கப்படுத்தியது. வெடுக்கென கத்தினான். இடையே ஓடிக்கொண்டிருந்த இளைய மகன் மணிகண்டனைப் பார்த்துக் கணீரெனத் திட்டினான்.

“காலங்காத்தால என்ன சத்தம் வேண்டிகெடக்கு! சத்தம் வந்துச்சு.. அவ்ளோதான்!”

அப்பாவின் அதட்டலில் இருவரும் அமைதியாயினர். கோமளாவிற்கு சங்கடமானது.

"சும்மா ஏன் திட்றீங்க. வாங்க சாப்பிட."

சொன்னதைத் தொடர்ந்து சாப்பாடு எடுத்துவைக்கும்போது புலம்பிக்கொண்டிருந்ததையும் கேட்டான்.

"ஒழுங்கா தூங்கலைனா இப்படி தான் எரிச்சலா இருக்கும். கண்டத யோசிச்சிக்கிட்டே இருந்தா இருக்குற வீடு ரெண்டா தான் போகும். இதுல புள்ளைங்கள போட்டு திட்டிக்கிட்டு "

எதைக் கண்டாலும் எரிச்சல் அடையும் மனநிலையில் இருந்த அன்புவிற்கு அன்றைய காலை உணவான சப்பாத்தியும் காரணமானது. இரண்டொரு வாய் சாப்பிட்டுவிட்டு எழுந்துகொண்டான். யாரிடமும் பேச விரும்பாமல் அறைக்குள் சென்று படுத்துக்கொண்டான். அலைபேசியை எடுத்து வாட்ஸப், பேஸ்புக், யூடியூப் என ஒவ்வொன்றாக தொடுதிரையில் தள்ளிக்கொண்டிருந்தான். எரிச்சலுடன் இருப்பதற்கு கடைக்கே செல்லலாம் எனும் எண்ணமும் முளைத்தது. உறக்கம் மட்டும் தான் இந்த எரிச்சலுக்கு காரணமா அல்லது செல்வத்தின் நினைவா என யோசித்தான். முந்தைய தினம் காலையில் வருமாறு கூறியிருந்த செல்வத்தின் சொற்கள் நினைவு வந்தது. செல்ல விருப்பமின்றி இருந்ததால் மணிகண்டனை அழைத்தார். திட்டு வாங்கியதால் மணிகண்டன் பயந்தபடி தயங்கித் தயங்கி வந்தான்.

"பக்கத்து வீட்டு அங்கிள் காலைல வரச் சொன்னாரு. உனக்கு ஏதோ ஸ்வீட் தர்றேன்னு . போய் பாத்துட்டு வா."

"இதுக்கொண்ணும் கொறச்சல் இல்லை" எனும் கோமளாவின் சிணுங்கல் சமையலறையிலிருந்து கேட்டது.

வெற்றியையும் கூட்டிக்கொண்டு மணிகண்டன் செல்வத்தின் வீட்டிற்குச் சென்றான். காலிங் பெல்லை அழுத்தினர். இரண்டு மூன்று முறை அழுத்தியும் கதவு திறக்கப்படவில்லை. வாசலில் செருப்பு இருக்கிறதா என நோட்டம் விட்டனர். இருவரும் ஒருசேர வெளியில் சென்றிருப்பாரோ என சொல்லிக்கொண்டனர். வாசல் பக்கம் இருந்த ஜன்னல் வெளிப்புறமாக திறக்கக்கூடிய இரண்டு கதவுகள் கொண்டவை. வெற்றி அதில் ஒன்றை திறந்து பார்த்தான். செல்வம் உறங்கிக்கொண்டிருந்தார். சத்தம் போட்டு கூப்பிடலாமா எனும் மணிகண்டனின் எண்ணத்தை மறுத்து வீட்டிற்கு திரும்பிவந்தனர்.

அவர் உறங்கிக்கொண்டிருக்கிறார் எனும் தகவல் அன்புவிற்கு ஆச்சரியத்தை அளித்தது.

“மனுஷன் அதிகபட்சம் ஏழு மணிக்கே எழுந்துருவாரே” என தனக்குத்தானே முணுமுணுத்தான். சிந்தனையில் ஏதோ பொறி தட்டியவனாய் எழுந்து சமையலறைக்கு சென்றான். பாத்திரம் தேய்த்துக்கொண்டிருந்த கோமளாவிடம் அவசரமாக விசாரித்தான்.

“எத்தன மணிக்கு ஏந்திரிச்ச?”

ஆறரை என கூறி முடிக்கும் முன்னரே “எழுந்ததுலருந்து பக்கத்து வீட்டு செல்வம் சார பாத்தியா?” என கேள்விகளை அடுக்கினான்.

சலித்துக்கொண்டே இல்லை என்றாள். வாசல் நோக்கி வேகமாக நகர்ந்தான். இப்படி அன்பு செல்வது மூன்றாவது முறை. இதைப்பார்த்த வெற்றி அம்மாவிடம் சென்று அப்பாவிற்கு ஏற்படும் இந்த பதற்றத்தின் காரணத்தைக் கேட்டான்.

“மூணு இல்ல முப்பது வாட்டினாலும் இந்த மனுஷன் ஓடிப்போய் பாப்பாரு. ஆனா அவரு ஒய்யாரமா தூங்கிக்கிட்டு கெடப்பாரு.”

வடித்துக்கொண்டிருந்த அரிசியை குக்கரில் வழித்துக்கொட்டும்போதும் புலம்பினாள்.

“வேலைனு எதுவும் இல்ல. சும்மா இருக்காரு. அப்ப நல்லா தூங்க வேண்டியதுதான். அதுல உங்க அப்பாருக்கு என்ன பயம்னு யாரு கண்டா!”

செல்வத்தின் வீட்டு ஜன்னலிலிருந்து செல்வம் சார், செல்வம் சார் என்றழைத்தான். அவர் எழுந்துகொள்வதுபோல் எந்த அசைவும் இல்லை. கடந்த இரண்டு முறை போலல்லாமல் இம்முறை ஜன்னலுக்கருகில் வீட்டின் சாவி இருந்தது புதுமையாகவிருந்தது. அன்புவிற்குள் பதற்றம் கூடியது. சாவியை எடுத்து வேகமாக கதவைத் திறந்தான். கதவு திறக்கும் ஓசைக்கும் அவரிடம் அசைவுகள் தென்படவில்லை. படுத்திருந்த கட்டிலருகில் சென்று மணிக்கட்டை, கழுத்துப்பட்டையை, நெஞ்சை தொட்டு பார்ப்பதும் அழுத்திப் பார்ப்பதுமாய் இருந்தான். தலைமேல் கைவைத்து கட்டிலுக்கருகிலேயே அமர்ந்துகொண்டான். கண்களில் நீர் பெருக்கெடுத்தது. எழுந்து அவரது முகத்தைப் பார்த்தான். புன்சிரிப்பு பரவியிருந்த முகம். நன்கு பொலிவுற்று இருந்தது. கைகளை வயிற்றுபக்கம் கோர்த்து வைத்திருந்தார். கால கட்டை விரல்கள் இரண்டும் ஒன்றோடொன்று சேர்ந்திருந்தது. தலையணைக்கடியில்

சிறிய காகிதம் துருத்திக்கொண்டிருந்தது. சற்று தலையணையைத் தூக்கி காகிதத்தை எடுத்தான். மூன்று பெயர்களும் அவர்களின் அழைப்பு எண்ணும் அதில் எழுதப்பட்டிருந்தது. அன்பு (Neighbour), கஜேந்திரன்(மகன்), பிரேமலதா(மனைவி). தன் பெயரையும் எண்ணையும் வாசித்த பின் கண்களில் நீர் தளும்பியது. இழந்த தந்தையின் துயரங்களனைத்தும் செல்வத்தின் முகம் பார்க்கையில் திரும்பிக்கொண்டிருந்தது.

வீடு திரும்பாத அப்பாவைத் தேடி செல்வத்தின் வீட்டு வாசலில் மணிகண்டன் வந்து நின்றான். பார்த்தமாத்திரத்தில் முகத்தின் பாவனைகள் மாறின. சிடுசிடுவென "வீட்டுக்கு போ!" என துரத்தினார். பின்னாலேயே அவனும் செல்வத்தின் வீட்டுக் கதவுகளை தாழிட்டு வீட்டிற்கு வந்தான். கோமளாவை தனியே அழைத்து விஷயத்தை கூறினான்.

"நமக்கு எதுக்குங்க வம்பு!" என்றாள் கோமளா.

அன்புவிற்கு கோபம் தலைக்கேறியது.

"கொஞ்சம் ஈவு எரக்கம் வேணாம். எப்பவும் அவரோட பென்ஷனும் ஒத்த கட்டையா இருக்குறாருங்கறதும் தான் ஒன் கவலை. வெற்றிக்கு நாய் கடிச்சப்ப தூக்கிட்டு ஓடுனது அந்த மனுஷன் தான். கொறஞ்சது அந்த விஷயத்துக்காகவாவது உனக்கு எரக்கம் வந்துருக்கணும். எனக்கு எங்க அப்பனே செத்தா மாதிரி இருக்கு. துணையா இருக்கறதுனா சொல்லு என்ன செய்யணும்னு சொல்றேன். இல்லையா விட்டுடு நானே பாத்துக்கறேன்"

பதில் எதிர்பார்க்காமல் வாசலுக்கு கிளம்பினான். வாசலில் நின்று தெருவை நோட்டம் விட்டான். செல்வத்தை அறிந்தவர்கள் யாரும் அப்போதும் தெருவில் வசிக்கவில்லை. செல்வம் குடிவந்து இருபத்தி இரண்டு ஆண்டுகள் ஆகின்றன. அவரோடு வீடு வாங்கியவர்கள் வேறொருவருக்கு விற்று அல்லது குழந்தைகளுடன் தங்க நேர்ந்து சொந்த வீட்டை வாடகைக்கு விட்டோ சென்றவர்கள்தான். அன்பு குடிவந்த பிறகே பல மாற்றல்கள் அந்த தெருவில் நிகழ்ந்திருக்கின்றன. இந்நிலையில் யாருக்கெல்லாம் சொல்லலாம் எனும் சந்தேகமும் சங்கடமும் அன்புவின் மனதிற்குள் முளைத்தது. இங்கே இப்படி ஒரு மனிதர் வசிக்கிறார் என்பது அவர் நடைபயிற்சி செய்வதால் மட்டும் அந்த தெரு அறிந்துகொண்டிருக்கிறது. யோசித்துக்கொண்டிருக்கும் நேரத்தில் கோபத்துடன் மனைவியும் வாசலுக்கு வந்தாள்.

"தெருக்காரங்களுக்கு நான் சொல்லிக்கறேன். நீங்க போய் இந்த அசோசியேஷன், அப்பறம் அந்த கோயிலுக்கும் சொல்லிடுங்க.

அவரோட சொந்தக்காரங்க நம்பர் எதுனா இருந்தா அதுக்கு முதல்ல தகவல சொல்லிடலாம்"

செல்வத்தின் தலையணைக்கு அடியில் இருந்த எடுத்த துண்டு சீட்டின் நினைவு எழுந்தது. அலைபேசியில் சார்ஜ் தீர்ந்துபோ—யிருந்தது. மனைவி மேலும் தொடர்ந்தாள்.

"அந்தாளுக்காக எல்லாம் நான் செய்யல. நீங்க சொன்னீங்களே வெற்றிய நாய் கடிச்ச விஷயம், அதுக்கு பதிலா இத செய்யறேன். அவளோ தான்"

மனைவியின் அலைபேசியில் இருந்து அழைக்கலாம் எனும் எண்ணத்தை அவளுடைய சுடுசொற்கள் கைவிடவைத்தது. தன் அலைபேசியை கொடுத்து சார்ஜ் போட சொல்லிவிட்டு நடந்தான். அந்த அப்புசாமி நகரின் மூன்றாவது குறுக்குத் தெருவில் அந்நகருக்கான அமைப்பின் தலைவர் நாகேந்திரனின் வீடு இருந்தது. செல்வத்தின் தகவலைச் சொன்னவுடன் யார் செல்வம் எனும் பதிலே முதலில் நாகேந்திரனிடமிருந்து வந்தது. ஒவ்வொரு ஆண்டும் நிதி வசூல் செய்ய படையெடுத்து வரும் கூட்டத்திற்கு இருபத்தி இரண்டு ஆண்டுகளாக வசித்து வரும் செல்வத்தின் நினைவு சுத்தமாக இல்லையா என கோபம் மூண்டது. மேலதிகமாக எதையும் அன்பு பேச விரும்பவில்லை.

"நான் செல்வத்துக்கு பக்கத்து வீட்டுக்காரன். அவருக்கு சொந்தக்காரங்க யாருன்னு இனிமே தான் கூப்பிட்டு பாக்கணும். அதுக்கு முன்னாடி முடிஞ்சா தெருக்குள்ள இருக்குற யாராவது ஒரு டாக்டர வந்து பார்த்து சர்டிபிகேட் தரச் சொல்லுங்க", என்று சொல்லி பதிலுக்கு காத்திராமல் கிளம்பினான்.

அன்புவின் சொற்கள் நாகேந்திரனுக்கு சுடுசொல்லாய் போனது. யார் தன் வீட்டிற்கு வந்து தன்னையே அதிகாரம் செய்வது என்பதாகவே எடுத்துக்கொண்டார். விட்ட இடத்—திலிருந்து செய்தித்தாளை வாசிக்கத் தொடங்கினாலும் யார் செல்வம் எனும் இடத்திற்கு நினைவுகள் திரும்பின. நெடு நேரம் யோசித்தார். செல்வத்தின் வீடிருந்த ஐந்தாவது தெருவில் தனக்கு தெரிந்த அத்தனை முகங்களையும் அவர்தம் குணங்களையும் அசைபோட்டார். செல்வத்தின் முகம் நினைவில் சிக்க மறுத்தது. நாகேந்திரனின் மனைவியும் வந்து சென்ற அன்புவின் திமிரான குரலை விசாரித்தார். செல்வத்தை நினைவில் அடையாளம் கண்டுகொண்டவராய் மனைவியிடம் கத்தினார்.

“இந்த அஸோஸியேஷனோட எந்த விஷயத்திலும் தலை—யிடாத ஒரே ஆளு இந்த செல்வம் தான். இன்னிக்கு இவன் வந்து சொன்னதால இன்னிக்கு தான் செத்தானு தெரியுது. அனாதைப் பொணமா கெடக்கறான்னா அது அவன் விதி. அதுக்கு நகரும் அதோட அஸோஸியேஷனும் என்ன செய்யும்? தாயோளி! காலைலயே வந்து டென்ஷன் ஏத்துறாங்க”

கையிலிருந்த காபியை நாகேந்திரனிடம் கொடுத்துவிட்டு சமாதானம் கூறினாள்.

“ஆயிரம் தான் மனஸ்தாபம் இருந்தாலும் ஒருத்தங்களோட மரணத்துல விமர்சனம் இருக்கக்கூடாது. நீங்க தான் பெருந்தன்மையா நடந்துக்கணும்”

காபியை அருந்திவிட்டு இரண்டாம் தெருவில் இருந்த ஜெனரல் டாக்டர் மதுசூதனனை அழைத்தார்.

அன்பு அதே நகரின் முதல் தெருவில் இருந்த பிள்ளையார் கோயிலுக்கு சென்றான். இரண்டு பெண்கள் நவக்கிரகத்தை சுற்றிக்கொண்டிருந்தனர். பூசாரி கோயிலின் வாசல் திண்ணையில் அமர்ந்து அலைபேசியில் காணொளிகளை பார்த்துக்கொண்டிருந்தார். மடியில் கட்டியிருந்த அங்கவஸ்திரத்தில் விபூதியும் குங்குமமும் அணிந்து கொள்ளவேண்டிய மாஸ்கும் ஒன்றாய் கிடந்தது. முகமன் கூறியும் பூசாரியால் அன்புவை அடையாளாம் காணமுடியவில்லை. தன் விலாசத்தை தெளிவாக்கிக்கொண்டு செல்வம் குறித்தத் தகவலைப் பகிர்ந்தான். நினைவில் அடையாளம் மீட்டெடுக்க பூசாரிக்கு இரண்டொரு நொடிகள் பிடித்தது.

“நேத்து வந்தாரே பா. பாக்க நன்னா தானே இருந்தார்.”

சப்புக்கொட்டினார்.

“பகவான் விட்ட வழி! அவருக்கு இன்னிக்கான விடியல் இப்படினு எழுதியிருக்கு.”

மீண்டும் அன்புவை விசாரித்தார். பின் செல்வத்தின் குடும்பத்தை குறித்து கேட்டறிந்தார்.

“என் நம்பர எதுக்கும் நோட் பண்ணி வச்சுக்கோங்கோ. காரியம் செய்ய ஆள் தேட வேண்டாம். நானே வந்துடறேன். நானும் குருக்கள்தான்! நன்னா செஞ்சி தர்றேன்”

அன்பு கிளம்பினான். குருக்கள் மீண்டும் அலைபேசியின் காணொளிகளுக்குள் நுழைந்தார். இரண்டு பெண்மணிகள் கோயிலை விட்டு கிளம்பும்வரை காத்திருந்துவிட்டு கோயிலைச் சாத்தினார்.

அன்புவிற்கு சங்கடங்கள் கூடின. செல்வத்தின் மரணத்தை மனைவி, நகர் அமைப்பின் தலைவர் மற்றும் குருக்கள் ஆகிய மூவரும் நிராகரிக்கின்றனர் எனும் சிந்தனையில் கோபமுற்றான். மரணத்தை உதாசீனம் செய்யும் செயல் அற்பத்தனமானது என தனக்குத்தானே திட்டிக்கொண்டான். மீண்டும் நேராக செல்வத்தைப் பார்க்கச் சென்றார். அதற்குள் மனைவி தெருவாசிகளிடம் தகவலைச் சொல்லியிருந்தாள். வாசலில் இரண்டொருவர் குழுமி நின்றுகொண்டிருந்தனர். அவர்களைக் கடந்து உள்ளே செல்வத்தின் உடலை பார்த்துக்கொண்டிருந்த மருத்துவரைக் கண்டான். கண்கள் செல்வத்தின் மேலேயே விழுந்தது.

"சார் உங்கள பொணமா கூட யாருக்கும் வேணாம் போல இருக்கு! குருக்களத் தவிர. அவருக்கு உங்கள வச்சு காசு பாக்கலாம்னு ஒரு கடைசி ஆசை. நீங்க சாவீங்கன்னு எதிர்பாத்தாங்களா இல்ல எதிர்பாக்காத நேரத்துல செத்துட்டீங்கன்னு நெனக்கிறாங்களா.. ஒண்ணும் புரியல. ஆனா நீங்க வேணாம். அப்படி என்ன சார் வாழ்க்கை வாழ்ந்திருக்கீங்க!"

பேச நினைக்கும் விஷயங்களை தனக்குள்ளேயே சத்தமாக சொல்லிக்கொண்டான். அனைத்து சொற்களுக்கும் பதிலாக செல்வத்தின் புன்னகை மட்டும் குன்றாமல் நிலைத்து இருந்தது. மருத்துவர் இறப்பிற்கான காரணத்தை எழுதி கொடுத்தார். தோராயமாக இறப்பின் நேரத்தை காலை ஐந்தரை என எழுதினார். அதை எடுத்துக்கொண்டு வீட்டைச் சுற்றிப்பார்த்தான். வீடு அவரைப்போலவே சுத்தமாக பொலிவுடன் புன்னகைத்துக்கொண்டிருக்கிறது என்பதை கவனித்தான். லேசாக நகர்ந்து சமையலறையை எட்டிப்பார்த்தான். மேசையின் மையத்தில் ஒரே ஒரு பாத்திரம் மூடி வைக்கப்பட்டிருந்தது. திறந்து பார்த்தான். நெய் வாசனையுடன் மைசூர்பாக் நிறைந்திருந்தது. அதைப் பார்த்துக்கொண்டே மீண்டும் செல்வத்தைப் பார்த்தான்.

அவர் முகத்தில் இருந்த புன்னகை அன்புவை பெருங்குழப்பத்தில் ஆழ்த்தியது. துண்டு சீட்டை எடுத்து கஜேந்திரன் எனும் பெயருக்கு எதிரில் இருந்த எண்ணை அழைத்தான். இரண்டு முறை நிராகரிக்கப்பட்டது. மூன்றவாது முறை கடுகடுப்பான குரல் கேட்டது.

"செல்வம்.." என்று இழுத்தான்.

எதிர்ப்பக்கத்திலிருந்து ஒலித்த குரல் உறக்கத் தொனியிலிருந்து சமநிலைக்கு வந்தது.

"சொல்லுங்க"

"காலைல தவறிட்டாரு. வந்தீங்கணா மேல காரியங்கள பாத்துக்கலாம்."

எதிர்முனையிலிருந்து வெளிப்பட்ட "சரி" எனும் பதில் அன்புவை சங்கடத்திற்குள்ளாக்கியது.

"என் பேரு அன்பு. பக்கத்துவீட்ல இருக்கேன். எனக்கு தெரிஞ்ச சில ஏற்பாடுகள செஞ்சிடறேன். வேற ஏதாவது செய்யணும்னா சொல்லுங்க. நான் செய்றேன். பத்திரமா வாங்க"

மீண்டும் செல்வத்தைப் பார்த்தான். பதைபதைப்பற்ற மகனின் குரலுடன் அந்த புன்னகை அவரது வாழ்க்கையை கொஞ்சமேனும் அறிந்து வைத்திருக்கலாமோ எனும் குற்றவுணர்ச்சியை அன்புவிடம் ஏற்படுத்தியது.

4

பளார் என்றொரு அறையில் கனவிலிருந்து கஜேந்திரன் விழித்தான். முகத்தில் பயத்தின் ரேகைகள் படர்ந்திருந்தன. கைகள் அனிச்சையாக கன்னத்தை தீண்டிப்பார்த்தன. கன்னங்களில் அறை வாங்கியதன் உஷ்ணத்தை உணரமுடிந்தாலும் யாரும் தன்னை அங்கு அறைந்திருக்கமுடியாது என்பதை உணர்ந்தான்.

அது ஒற்றை அறையும் தனியே கழிவறையும் இருக்கும் சிறிய வீடு. மூன்றாம் தளம். கிட்டதட்ட ஒரு வீட்டின் ஸ்டோர் ரூம். திருமணமாகாத யாரேனும் ஒருவர் கிடைத்தால் வாடகைக்கு விடலாம் என அவ்வீட்டின் முதலாளி எண்ணியிருந்தபோதே கஜேந்திரன் இவ்விடத்தை வந்தடைந்திருந்தான். முந்தைய இரவு இருங்காட்டுக்கோட்டையிலிருந்து பயணம் முடிந்து வீடு திரும்பும்போது நேரம் இரவு பத்தரையைக் கடந்திருந்தது. மேலும் ஊதிய உயர்வு குறித்து மேலாளருடன் நிகழந்திருந்த நேர்காணலும் அவனுடைய களைப்பைக் கூட்டியிருந்தது.

அறை வாங்கிய கனவிலிருந்து களைந்த உறக்கத்தை மீட்க முடியாமல் வாசலுக்கு வந்தான். மென்மையான குளிர் உடலை சில்லிட்டது. கொட்டாவி விட்டுக்கொண்டு சுவரில் சாய்ந்து நின்றான். மேலாளரின் சொற்கள் பனியுடன் உடலுக்குள் உறைந்தது.

“நீ என்ன என்ன செஞ்சிருக்கன்னு ரிப்போர்ட் பண்ண சொன்னேன். ஆனா செய்யாததெல்லாம் எழுதி வச்சிருக்க. உன் டார்கெட் என்னனு தெரியுமா? அத வருஷம் புல்லா செஞ்சு முடிச்சியா? ஏற்கனவே இருந்த கஸ்டமர கூட நீ எழந்துருக்க.

புதுசா கெடைக்கறது இன்னவேஷன். பழச எழக்கறது லாஸ் ஆப் ரெபுடேஷன். ஒனக்கு எங்க அர்த்தம் புரியப்போகுது? நீ எழந்தது உன்னோட கஸ்டமர்ச இல்ல கம்பெனியோட கஸ்டமர்ச. கிட்டதட்ட வருஷத்துக்கு ஏழு எட்டு ஆர்டர் குடுத்துகிட்டு இருந்த ஆளுங்க. வேலை பிடிக்கணும். இல்லனா தொல்ல குடுக்காம கௌம்பனும். கொரோனா டைம்ல அவனவன் வேலைய தக்க வச்சுக்க தான் போராடுறான். இதுல என்ன தைரியத்துல நீ இன்க்ரீமேன்ட் எதிர்பார்க்குறனு சத்தியமா தெரியல.. ஐ அம் சாரி கஜேந்திரன்."

நேர்காணலை துண்டித்து மேலாளர் கொடுத்த மௌனம் பெரும் பீதியை கஜேந்திரனுக்குள் உண்டுசெய்தது. அந்த விடியலின் பொழுதிலும் அதே வெறுமையை உணர்ந்தான்.

"பெரிய பெரிய கம்பனில இந்த மாதிரி வொர்ஸ்ட் பெர்பார்மன்ஸ் குடுக்குற எம்ப்ளாயிக்கு மூணு மாசம் கெடு வைப்பாங்க. அதாவது தன்னை சரக்குள்ள ஆளுன்னு நிரூபிச்சிட்டு அதே கம்பனில வேலைய தொடரலாம். இது ஒரு சின்ன கம்பனி. டீலர்ஷிப். இங்க அந்த மாதிரி கெடுபிடியான விதிமுறைகள கொண்டுவர எனக்கு விருப்பமில்ல. ஆனா உன்னோட வேலையும் அதனால இந்த நிறுவனம் இழந்த நம்பகமான வாடிக்கையாளனையும் மனசுல வச்சி உனக்கு அந்த முடிவ எடுக்கலாம்னு தோண வக்குது. சோ டெய்லி என்கிட்ட உன்னோட ஒவ்வொரு நாள் வேலையையும் மூணு மாசத்துக்கு ரிப்போர்ட் பண்ணு. அப்பறமா பாப்போம் நீ நெனைக்குற விஷயத்த"

தலைகுனிந்து எழுந்து அன்றைய வேலைகளைப் பார்க்க விடைபெற்றான். அந்த நிறுவனத்தில் பணிக்கு சேர்ந்து ஆறாண்டுகள் ஆகியிருந்தன. மெக்கானிக்கலில் டிப்ளமோ படிப்பை இறுதி ஆண்டின் தேர்வுக்கு முன்பு நிறுத்தியிருந்தான். சென்னை முழுதும் அந்நியமான ஊர். கிண்டியில் தன்னுடன் படித்துக்கொண்டிருந்த சரவணனின் மாமாவிடம் சென்றான். சரவணன் கஜேந்திரனின் நெருங்கிய நண்பன். தன் அன்றாட மன உளைச்சல்களை அதிகமாக அவனுடன் பகிர்ந்துகொண்டிருந்தான். எத்தனையோ முறை தடுத்தும் சென்னை செல்லவிரும்பும் கஜேந்திரனின் எண்ணத்தை அவனால் கைவிடமுடியவில்லை. இந்நிலையில் சரவணன் தன் மாமாவிடம் கஜேந்திரன் குறித்த தகவல்களைப் பகிர்ந்து ஏதேனும் சிறிய வேலை வாங்கித்தர முடியுமா என்று கேட்டிருந்தான். அவரும் தன் வயதிற்கொப்ப சில அறிவுரைகளை கஜேந்திரனுக்கு அலைபேசியில் கொடுத்தார். ஆனால் கஜேந்திரனின் பிடிவாத குணம் இணங்க மறுத்தது.

கிண்டியின் குறுகலான சந்தொன்றில் இருந்த ஸ்டேன்டர்ட் கார்ப்பரேஷன் எனும் அந்த நிறுவனத்தில் டெலிவரி ஆளாக பணிக்கு சேர்ந்தான். தொடக்கத்தில் தன் நிலையை யாரிடமும் பகிர்ந்துகொள்ளாமல் இருந்தான். மேலும் அந்த வேலையை தன் படிப்பு பன்னிரெண்டாவது என்பதை சொல்லி வாங்கி— யிருந்தான். அந்த நிறுவனத்தில் மூன்று வகையான பணி. ஒருவர் கணினியில் அமர்ந்துகொண்டு ரசீதுகளை தயார் செய்வது, தொழிற்சாலைகளிலிருந்து வரும் புதிய பொருட்களுக்கான தகவல்களை கணினியில் சேர்ப்பது இத்யாதி. மற்றொரு வேலை அந்நிறுவனத்தின் பொருளான டூலிங் சாதனங்களை பெரிய தொழிற்சாலைகளிடம் கூறி, அவர்களின் தேவைகளை அறிந்து, அதற்கொப்ப நல்லதொரு பொருளை பரிந்துரைத்து அதற்கான ஆர்டரை பெற்றுவருவது. மூன்றாவது வேலை இவர்கள் பெற்று வரும் ஆர்டரை தொடர்ச்சியாக டெலிவரி செய்வது. ஆரம்பத்தில் ஆர்வம் மிகுந்து இருந்தாலும் நான்கு மாதங்களில் குற்றவுணர்வில் மூழ்கினான். அந்நிறுவனத்தின் முக்கிய வேலையான ஆர்டர் பிடிப்பவர்களுக்கான அடிப்படை தகுதியாக டிப்ளமோ இருந்தாலே போதுமானது. தான் அந்த படிப்பை விட்டது தவறா அல்லது முதலாளியிடம் மறைத்தது தவறா என தனக்குள்ளேயே விவாதம் செய்துகொண்டான்.

நாட்கள் மாதங்கள் வருடங்கள் என காலங்கள் ஓடின. தொடக்கத்தில் நந்தம்பாக்கத்தில் சிறியதொரு கொட்டகையில் வசித்துவந்தான். இரண்டு மூன்று இடங்கள் மாறினான். ஐந்தாண்டுகள் ஓடிய பின்னர் திருவான்மியூரின் தனித்த அறைக்குத் தன்னை மாற்றிக்கொண்டான். பணியிலும் அவனது திறன் கூடியிருந்தது. கொடுக்கப்படும் ஆர்டரை நேர்த்தியாக நேரந்தவறாது டெலிவரி செய்து வந்தான். வருடாவருடம் எண்ணூறு ரூபாய் ஊதிய உயர்வு கிடைத்தது. வரும்படி அவனுக்கு தொடக்கத்திலிருந்தே போதுமானதாக அமையவில்லை. வார இறுதி நாட்களில் ஸொமேட்டோ அல்லது ஸ்விகியின் டெலிவரி ஆளாக பணி செய்தான். அதில் கிடைத்த சொற்ப வருமானமும் அவனுக்கான நம்பிக்கையாக இருந்தது. தனித்து விடப்பட்டோம் என்று எப்போதும் அவனுள் இருந்த எண்ணத்திற்கு பணம் மட்டுமே பெரும் நம்பிக்கையாக, அடுத்த நேர வாழ்க்கைக்கு உத்திரவாதமாக அமைந்தது.

மேலாளருக்கு ஊதிய உயர்வு அளிப்பதில் சிக்கல் இருந்தது. ஒவ்வொரு ஆண்டும் அவரவர்கள் செய்த பணிகளின்

எண்ணிக்கையை வைத்து, இலக்கை அடைந்தார்களா இல்லையா எனும் கணக்குகளை, புதிய விஷயங்கள் ஏதேனும் கண்டறிந்து பணியை லகுவாக்கினார்களா எனும் சிந்தனையை வைத்து ஊதிய உயர்வை நிர்ணயிப்பார். அவ்வகையிலான அம்சங்கள் டெலிவரி ஆட்களிடம் இல்லை என்பதால் பொதுவாம்சமாக எண்ணூறு எனும் தொகையை நிர்ணயித்திருந்தார். விலைவாசி உயர்ந்தாலும் தாழ்ந்தாலும் இந்தத் தொகையின் இலக்கம் மட்டும் மாறாமல் இருந்தது. மூன்றாவது ஆண்டில் இதுகுறித்து தன் சந்தேகத்தை அல்லது மாற்றத்தை நேரடியாக கஜேந்திரன் கேட்டுவிட்டான். வெளிப்படையாகவே தன்னுடன் பணி செய்யும் எபிநேசர் மற்றும் முருனைக் காட்டிலும் தான் அதிகமாக டெலிவரி செய்கிறேன், இருப்பினும் ஒரே அளவிலான ஊதிய உயர்வு தன்னைத் தாழ்த்துகிறது என்று முறையிட்டான். மேலாளருக்கு இந்த விவாதம் கஜேந்திரனின் துடுக்குத்தனமாகத் தெரிந்தது. சில நாட்கள் கழித்து பொதுவான அலுவலக சந்திப்பு ஒன்றில் முடிவொன்றை விளக்கினார். அச்சிறு அலுவலகத்தில் விற்கப்படும் பொருட்கள் குறித்த துல்லியமான விவரங்கள் அடங்கிய புத்தகம் குடிதண்ணீர் கேனிற்கு அருகில் இருக்கும் அடுக்கில் வைக்கப்பட்டிருக்கும். அதனை யார் வேண்டுமானாலும் வாசிக்கலாம் என்றும் ஒருக்கால் டெலிவரியில் இருப்பவர்கள் தங்களின் அறிவை நன்கு வளர்த்துக்கொண்டு தன்னிடம் வந்தால் நேர்காணல் வைத்து, அதன் தேர்ச்சி அடிப்படையில் அவர்களின் பணியும் ஊதியமும் உயர்த்தப்படும் என்று தெரிவித்தார். முருகன் மற்றும் எபிநேசரைக் காட்டிலும் கஜேந்திரன் மகிழ்ச்சியடைந்தான். மீத இருவரும் எட்டாவது வரை மட்டுமே படித்திருந்தனர். அன்றிலிருந்து மிகச்சரியாக மூன்றவாது மாதம் மேலாளரிடம் தான் நேர்காணலுக்கு தயார் என்று விண்ணப்பித்தான். ஒரு தேநீர் இடைவேளையில் எபிநேசர் தன் சங்கடத்தைப் பகிர்ந்தான்.

“நீ பேராசை வச்சிருக்க கஜா “ என்றான் எபிநேசர்.

“அப்படியிருக்கறதுல ஒரு தப்பும் இல்ல. கூட யாரும் இல்லாத ஆளுங்களுக்கு பணம் தான் எல்லாமே. அதுக்கு அறிவு தேவையா இருக்கு. ஒவ்வொரு வருஷமும் எண்ணூறு எண்ணூறா ஏறிகிணு இருந்தா எப்ப நம்ம வசதியா போகறது. அவனுங்கள பாருங்க. பக்காவா ஒரு ஆர்டர எங்கியோ போய் எப்படியோ பிடிச்சிக்கிட்டு வர்றாங்க. பிடிக்கற ஆர்டருக்கு ஏத்தா மாதிரி போனசும் கிடைக்குது. விஜயகுமார் சாருக்கு போனவருஷம் கெடச்ச போனஸ் எவ்ளோ தெரியுமா?”

எபிநேசர் முழித்தான்.

“ஒன்றரை லட்சம். இத என்னிக்காவது யோசிப்பியா? இத கடனா மட்டுந்தான் வாங்கமுடியும். சம்பளமா நம்மலால வாங்க முடியுமா? டெலிவரிக்கு தான் இவனுங்க குடுப்பானுங்களா? நீங்க ஆயிரம் சொல்லுங்க ஆனா என் முடிவ நான் மாத்திக்கறதா இல்ல. படிப்ப விட்டுட்டேன். ஆனால் வாழ்க்கைய விடல. அதுக்கு பணம் தான் எனக்கு எல்லாமே.”

நேர்காணலில் தேர்ச்சி பெற்றான். மூன்றாம் ஆண்டின் தொடக்கத்திலேயே விஜயக்குமாருடன் களப்பணிக்கு சென்று எப்படி பேசுவது, எப்படி வாங்க வைப்பது போன்ற விஷயங்களை கற்றான். எப்போதும் அவனுடன் அலுவலகத்தின் புத்தகம் ஒன்றை நகலெடுத்து வைத்துக்கொண்டான். விற்கும் பொருள் குறித்த அறிவியல் புத்தகம். அதை நன்கு மனப்பாடம் செய்து வைத்திருந்தான். டெலிவரிக்கு அன்றுவரை சென்றிருந்த நிறுவனத்தில் ஆட்களை நட்பாக்கிக்கொண்டிருந்தான். அவர்களின் தயவுடன் அங்கிருக்கும் பெரிய பெரிய இயந்திரங்களைப் பார்க்கும் வாய்ப்பு கிடைத்தது. அங்கு எந்த மாதிரியான பொருட்களை தயாரிக்கின்றனர் எனும் தகவலையும் அதில் மெட்டல்களை வெட்டுவதற்கும் துளையிடுவதற்கும் எப்படியான டூல்ஸ் பெறுகிறார்கள் எனும் தகவலையும் கற்றான். அம்பத்தூர், திருமுடிவாக்கம், மறைமலை நகர், இருங்காட்டுக்கோட்டை, கிண்டி முதலிய தொழிற்பேட்டைகளில் டெலிவரிக்கு செல்லும்போது ஏதேனும் புதிய விஷயம் ஒன்றை கற்றான். சிறிய தொழிற்சாலைகளில் ஏதேனும் சின்ன ஆர்டர் பிடிக்கமுடியுமா என முயற்சி செய்துகொண்டிருந்தான்., குன்றத்தூர் சாலையில் போல்ட் தயாரிக்கும் நிறுவனத்தில் முதல் ஆர்டரை பிடித்து வந்தான். அப்போதே மேலாளருக்கு அவன் திறன் மீது சிறிதளவு நம்பிக்கை முளைத்தது.

சகிதம் தெருவில் குளிருக்கு இதமாக குல்லா, முகக்கவசம் இறங்கி நடந்தான். கடற்கரை நோக்கி நடைபயிற்சி செல்லும் மனிதர்களின் கூட்டம் ஆங்காங்கே தென்பட்டது. அவர்களுக்கிடையில் அவனும் மெதுவாக நடந்தான். கைகள் கால்சராயின் பாக்கெட்டினுள் இருந்தது. நினைவுகள் காலை நேர கனவிற்கும் அந்த நிறுவனத்தில் இருந்த தன் அனுபவத்திற்கும் இடையில் ஊசலாடிக்கொண்டிருந்தது. நடக்கும்போது தனக்குத்தானே பேசிக்கொண்டான்.

மேலாளரின் கோபம் தன் தோல்வியை குறிக்கிறதா? எங்கு சறுக்கினோம்? எது அவரை காயப்படுத்துகிறது?

இருங்காட்டுக்கோட்டையிலிருந்து அவருக்கு என்ன தகவல் கிடைத்திருந்தால் இப்படி கோபப்பட்டிருப்பார்? அதே எண்ணம் தான் கனவில் தன்னை யாரோ அறைவதுபோல் வந்ததா? பெருந்தோல்வியின் முதல்படியா? தோற்பது வாழ்வில் மிக எளிமையானது. ஆனால் தோல்வி சீக்கிரமே அடையாளமாகிவிடும் என அஞ்சினான்.

தோல்வி குறித்த சிந்தனை வந்தவுடனேயே முகம் கோபத்தின் சாயலைப் பூசிக்கொண்டது.

ஆனால் என் வெற்றி யாருக்கான நிரூபணம்? அந்த ஒரு மனிதருக்கு. வாழ்நாள் முழுக்க தோற்றதாக நினைத்து மருகி வாழ்க்கையை கைப்பிடியிலிருந்து இழந்துகொண்டிருக்கும் அந்த நோயாளிக்கு. அப்படிப்பட்ட நோயாளியாக இருப்பதில் தவறில்லை. ஆனால் அனைவரையும் நோயாளியாக்கும் எண்ணம் ஒரு நோய்மை. அந்த மனிதனுக்கு என்னால் புகட்ட முடிந்த பாடமெல்லாம் இந்த வெற்றி ஒன்று தான். ஆனால் இந்த சறுக்கல்? எங்கு தவறு செய்தோம்?

எவ்வளவு சிந்தித்தும் அவன் செய்த தவறு நினைவில் வர மறுத்தது. அதே எண்ணத்தினால் தான் கனவில் யாரோ தன்னை அறைந்திருக்கிறார்களோ என சந்தேகம் கொண்டான். கனவை தனக்குள்ளேயே சொல்லிப்பார்த்துக்கொண்டான்.

நிச்சயமாக இல்லை. கனவில் என்னை அறைந்தது ஒரு பெண். ஐம்பதிற்கு மேற்பட்ட வயதினள். அதிகம் டிசைனகளற்ற சேலையை அணிந்திருந்தாள். நீல நிறச் சேலை. வெள்ளை நிறத்தில் ஒற்றை கோடு செல்லும் அதன் விளிம்பு. முகம் தெளிவாய் கனவிலேயே தெரியவில்லை. ஆனால் பரிச்சயமான ஸ்பரிசம்.

"நீயும் கைவிட்ருக்கக்கூடாது" எனும் மிரட்டலுடன் வந்த அறை அப்போதும் அவனுக்குள் சிறிய கலக்கத்தை ஏற்படுத்தியது. அறைக்கு திரும்பினான்.. அனைத்து குழப்பங்களும் பதிலற்று, முடிவுகளற்று தொக்கி நின்றன. விடுபட்ட உறக்கத்தை மீண்டும் பிடிக்கத் தூங்கினான். அலாரத்தை எட்டறைக்கு வைத்துக்கொண்டான். மாதக்கடைசி என்பதால் காலை உணவுக்கு ஏதேனும் தேறுமா என தன் மணிப்பர்ஸைப் பார்த்தான். பின் அதை மூலையில் விட்டெறிந்துவிட்டு உறங்கினான்.

மீண்டும் அதே கனவு. அதே அறை. பயத்துடன் எழுந்தான். அலைபேசியில் புதிய எண்ணிலிருந்து அழைப்பு வந்துகொண்டிருந்தது.

5

ஹப்ளிஸ் உணவகத்தருகே ஒரு கார் மட்டும் செல்லக்கூடிய அளவில் வாசல் இருந்தது. அதனுள் இரண்டு அலுவலகங்கள் இயங்கிக்கொண்டிருந்தன. ஒன்று தோல் சம்மந்தப்பட்ட பெல்ட், பர்ஸ் முதலிய பொருட்களுக்கான டீலர்ஸ். மற்றொன்று தொழிற்சாலைகளில் இயங்கும் லேத் மெஷின்களின் உதிரி பாகங்களை விற்பனை செய்யும் டீலர்ஸ். எப்போதும் போல் அன்றைய காலையும் கணக்கர் கணேசனும், எபிநேசரும் சேல்ஸில் இருக்கும் நந்தகோபால் மற்றும் முகேஷும் வந்து வாசலில் காத்திருந்தனர். ஒவ்வொரு காலையிலும் எட்டு ஐம்பது மணியளவில் மேலாளரிடம் அலுவலகத்தின் சாவியை முருகன் வாங்கி வருவான். சில நொடிகள் சீக்கிரம் வந்துவிட்டால் இங்ஙணம் காத்திருக்கநேரும். சேல்ஸில் இருப்பவர்கள் வாரத்தில் இரண்டு அல்லது மூன்று முறை மட்டுமே அலுவலகத்திற்கு வருவர். பல நேரங்களில் வீட்டிலிருந்து நேராக தங்களின் வாடிக்கையாளர்களிடம் சென்றுவிடுவர். பெருந்தொற்று காலத்தில் அவர்கள் வருகை மேலும் கணிசமானது.

கஜேந்திரன் வந்து காத்துக்கொண்டிருந்த இரண்டொரு நொடிகளில் விஜயகுமாரும் காரிலிருந்து வந்திறங்கினார். மற்றவர்கள் முகக்கவசத்தை கழற்றி சப்தமாக பெருமூச்சு விட்டு வம்பலந்துகொண்டிருந்தனர். கஜேந்திரன் வந்தது முதல் யாரிடமும் பேசாமல் நின்றுகொண்டிருந்தான். சிந்தனைகள் முழுக்க அன்றைய காலை வந்திருந்த அழைப்பைச் சுற்றியே ஓடிக்கொண்டிருந்தது. விஜயகுமார் காரிலிருந்து இறங்கியவுடன் சாவியையோ அவருடைய பையையோ எடுக்காமல், கதவையும் சாத்தாமல் கோபத்துடன் நேராக வந்து கஜேந்திரனின் சட்டையை பிடித்தார்.

“அறிவுக்கெட்ட நாயே! எஸ்.எம்.சி இண்டஸ்ட்ரீஸ் ஒரு வருஷத்துக்கு எவ்ளோ ஆர்டர் குடுக்காறாங்கனு தெரியுமா? என்ன என்ன வாங்கறாங்கன்னு தெரியுமா? ஒரு மயிரும் தெரியாம அவங்க கிட்ட போய் வம்ப இழுத்து வச்சிருக்க. நேத்து அவங்க கிட்ட வந்திருக்குற புது மேனேஜர் எங்கிட்ட சொல்றாரு இந்த தடவ ஆர்டர யோசிக்கறோம்னு. அப்படி என்ன மரியாத மயிறு தேவையிருக்கு ஒனக்கு”

சுற்றியிருந்த மற்றவர்களுக்கு ஒன்றும் புரியாமல் விழித்துக்கொண்டிருந்தனர். முந்தைய தினம் மேலாளர் கஜேந்திரனை திட்டிக்கொண்டிருந்தவற்றிற்கும் இந்த உரையாடலுக்கும் தொடர்பிருக்கிறது என்பதை மட்டும் உறுதிபடுத்திக்கொண்டனர். கடைசியில் கோபத்தில் விஜயகுமார் அறைந்துவிட்டார். யாரும் எதிர்பார்க்காமல் நிகழ்ந்த விஷயமாகிப்போனது. டக்கென முகேஷ் விஜயக்குமாரைத் தடுத்து பின்னுக்குத் தள்ளினார். மீண்டும் அடிக்க மாட்டேன் என உறுதியாகக் கூறி கைகளைப் பிடித்திருந்த முகேஷின் பிடியைத் தளர்த்திக்கொண்டார்.

“டேய் மயிறு! ஒரு வருஷத்துல எத்தன புது கஸ்டமர வேணா பிடிக்கலாம். ஆர்டர் எடுக்கலாம். ஆனா ஒவ்வொரு வருஷமும் தவறாம ஆர்டர் குடுத்துகிட்டு இருக்குற எஸ்.எம்.சி மாதிரியான கஸ்டமர விட்டுறக்கூடாது. லாக்டவுன்ல இண்டஸ்ட்ரிய களோஸ் பண்ற நேரத்துல கூட ஆர்டர் குடுத்தான் டா. நம்ம பொருள் அவன்கிட்ட ஸ்டாக் இருக்கு. எத்தன கம்பெனிக்காரன் அப்படி செய்வான்? சேல்ஸ்மேனுக்கு முக்கியம் நம்பிக்கைய உருவாக்கறது. அத செஞ்சாலே உனக்கான மரியாதை தானா வரும். எம்மூஞ் சிலயே முழிக்காத!”

விஜயகுமார் கோபமாக பேசிக்கொண்டிருப்பதற்கு இடை—யிலேயே முருகனும் மேலாளரும் வந்திருந்தனர். மேலாளர் உடன் இருந்தவர்களிடம் தகவலைக் கேட்டு பெற்றுக்கொண்டார். விஜயகுமாரையும் கஜேந்திரனையும் தன் அறைக்கு வரச்சொன்னார். விஜயகுமார் மேலாளரின் அறைக்கு சென்றும் கோபத்தின் கனல் குறையாதவாறு திட்டிக்கொண்டிருந்தார்.

“சார் நான் அன்னிக்கே சொன்னேன் ஒரு டெலிவரி பையன சேல்சுக்கு இழுத்து விடாதீங்கன்னு. எனக்கு தெரிஞ்சு இந்த தப்ப நம்ம காம்பவுட்டர் கூட செய்ய மாட்டான். இது வெறும் ஆரம்பம் தான். எவ்ளோ கத்து கொடுத்தாலும் டெலிவரி புத்தி மட்டும்தான் இருக்கு. சேல்ஸ் டெலிவரி மாதிரி கிடையாது. ஞாயமா பேசணும்.

பேசறது ஞாயமா கேக்கறவனுக்குப் படணும். அவன் தகவல தெரிஞ் சுக்கனும். அறிவியலா நம்ம பொருளா அவங்கிட்ட சேர்க்கணும். நாம வாய் வார்த்தையா சொல்றது டெக்னிக்கலா அவனுக்கு வாக்கு. அத நம்பித்தான் ஆர்டர் குடுப்பான் “

மேலாளர் பக்கமும் கஜேந்திரன் பக்கமும் மாறி மாறி பார்த்துக்கொண்டு பேசினார். வெடுக்கென தன் பேச்சை முடித்துக்கொண்டு அமைதியானார்.

“அவன அடிச்சது என் தப்பு தான் சார். ஐ அம் சாரி கஜேந்திரன். ஆனா நீ செஞ்சதும் தப்பு தான்”

மேலாளர் விஜயகுமாரை அமைதியாகச் சொன்னார். கஜேந்திரன் பக்கம் திரும்பினார். மௌனமாக மட்டுமே நின்று கொண்டிருந்தான்.

“என்ன கஜேந்திரன் எதுவுமே பேச மாட்டேங்குற?” , என்றார் மேலாளர்.

“சார் எனக்கு கொஞ்சம் காசும் லீவும் வேணும். அப்பா இறந்துட்டாரு”

கஜேந்திரனின் சொற்கள் விஜயகுமாரிடம் குற்றவுணர்ச்சியை ஏற்படுத்தியது. மேலாளர் முற்றிலும் மாறாக கடுகடுப்பானார். தகவல்கள் முழுக்க அவனுக்கு எதிராக நிற்பதால் கிடைத்தவரை லாபம் என்றெண்ணி ஓடப்பார்க்கிறானோ என சந்தேகித்தார். விஜயகுமாரை வெளியே காத்திருக்கச் சொல்லி கஜேந்திரனிடம் பேசினார்.

“நீ இங்க எப்படி வந்தன்னு ஞாபகம் இருக்க கஜா. உன்னை இங்க சேக்கவே எனக்கு விருப்பமில்ல. ஆனா உன் பிரண்டோட அப்பா.. அப்பாவா மாமாவா.. யாரோ! அவரு எனக்கு ரொம்ப தெரிஞ் சவரு. அவருக்காக மட்டும் தான் உன்னைய சேத்துகிட்டேன். நீ இங்க வர்றப்ப ஒரு திருடனாத்தான் வந்த. உன்னோட ரெபுடேஷன் இன்னமும் எனக்குள்ள அதே அளவுல தான் இருக்கு. நான் ரொம்ப மோசமா பேசறதா நெனைக்கலாம். ஆனா இப்பவும் நீ சொல்றத என்னால நம்பமுடியல. இருந்தாலும் தர்றேன். இந்த மாசம் முடிய பத்துநாள் இருக்கு. இந்த மாசத்தோட இது நாள் வரைக்குமான சம்பளத்த உனக்கு குடுக்க சொல்றேன்.”

கிளம்ப யத்தனித்த கஜேந்திரனுக்கு மேலாளரிடமிருந்து அறிவுரை ஒன்றும் கிடைத்தது.

“சேல்ஸ்மேன் ஆகணும்னா ரெபுடேஷன் ரொம்ப முக்கியம் கஜேந்திரன். அதுவும் கொரோனா டைம்ல அது தான் ஜாப் செக்யூரிட்டி.”

நன்றி சொல்லிவிட்டு வெளியே காத்திருந்தான். விஜயகுமார் மீண்டும் அவனிடம் வந்து மன்னிப்பு கோரினார். தான் வேண்டுமானால் பணம் கொஞ்சம் கொடுக்கிறேன் என்றார். வாங்க மறுத்துவிட்டான். விஜயகுமாரின் வழியே அவனுடைய அப்பா இறந்த தகவல் அங்கு பணிசெய்தவர்களுக்கு தெரியவந்தது. அவன் முகத்தில் இழப்பின் சோகம் இல்லையெனினும் அனைவரும் சுற்றி நின்று ஆறுதலளித்தனர். மேலாளர் அறிவுரையின் படி கணேசன் அவனுக்கு ரொக்கமாக பத்தாயிரத்தை அளித்தான். பத்திரமாக பைக்குள் வைத்துக்கொண்டு விடைபெற்றான்.

இ-பாஸ் செயல்முறையை அரசு தற்காலிகமாக நிறுத்தி வைத்திருந்த சமயம். தன் பைக்கிலேயே ஊருக்கு சென்றுவிடலாம் என்ற முடிவில் இருந்தான். வேகத்தை நன்கு முடுக்கினான். குழப்பங்களால் சூழ்ந்திருந்த மனநிலையில் எதிர்காற்று காதடைத்தாற்போன்ற வேகத்தில் ஓட்டினான். வண்டலூர் வரை சற்று மிதமான வேகமும் வண்டலூரைக் கடந்தவுடன் அதிகமான வேகத்திலும் ஓட்டினான். உடன் வரும் வாகனங்களின் ஒலியை கண்டுகொள்ளாதவனாய் அவனது வேகம் அமைந்திருந்தது. கண்கள் மட்டுமே சாலையில் நிலைத்திருந்தது. மனம் ஓட்டுவதில் லயிக்கவில்லை. எப்போது வேண்டுமானாலும் விபத்து நேரிடலாம் எனும் பயம் அவனுக்குள்ளும் ஓரமாய் ஒட்டியிருந்தது.

தந்தை இறந்துவிட்டார். மீண்டு வரப்போவதில்லை. ஆனால் இந்த வாழ்க்கை? துரத்திக்கொண்டே இருக்கப்போகிறது என அச்சம் கொண்டான். அன்றைய காலையில் அலுவலகத்தில் நிகழ்ந்த அத்தனை விஷயங்களையும் மனம் அசைபோட்டது. முந்தைய தினத்தின் விஷயங்களில் தவறு சிறிதுமில்லை என்பதை அப்போதும் ஊர்ஜிதமாய் நம்பினான்.

இருங்காட்டுக்கோட்டையில் இருக்கும் எஸ்.எம்.சி தொழிற்சாலை பிரேக் லீவர் வகைகளை தயாரிக்கும் நிறுவனம். அங்கு தேவையான டூல்ஸைக் கஜேந்திரன் வேலை பார்க்கும் நிறுவனமே கடந்த ஏழு ஆண்டுகளாக கொடுத்து வருகிறது. அவர்களுக்கு தேவையான டூல்ஸ் சந்தையில் வேறு சில நிறுவனங்களிடம் குறைந்த விலையில் கிடைத்தாலும் விஜயகுமாரின் தொழில்நுட்ப ரீதியான அறிவின் மீது கொண்டிருக்கும் நம்பிக்கையும் அதன் வழி அவர் பரிந்துரைக்கும்

டூல்ஸின் நல்ல ஆயுட்காலமும் இந்த தொடர் வணிகத்தை ஏற்படுத்தியிருந்தது. ஏற்கனவே பலமுறை மாதந்தோறும் தேவையான ஆர்டர்ஸின் அளவை எடுத்து வந்து டெலிவரி செய்வது கஜேந்திரனின் வழக்கம். அனைத்து தொழிற்சாலைகளையும்போல் அங்கும் வாசலில் இருக்கும் காவலாளியிடம் பொருட்களை, அதன் ரசீதை காண்பித்து தன்னை முழுதாக சோதனை செய்துகொண்டு பின் உள்ளே செல்வான். தொழிற்சாலையின் டூல்ஸ் சேமிப்பிற்கென இருக்கும் மேலாளரை சந்தித்து அந்தப் பொருட்களை சேர்பித்து ரசீதில் கையெழுத்து பெற்றுக்கொள்வான். சில நிறுவனங்களில் அதற்கான தொகையை காசோலையாகக் கொடுப்பர். அதையும் பெற்றுக்கொண்டு வருவான். டெலிவரி என்பதால் பல்வேறு தொழிற்சாலைகளில் காத்திருக்க வைப்பது இயல்பான ஒன்று.

இம்முறை புதிதான ஆர்டர் ஒன்றை வாங்குவதற்கு விற்பனையாளனாக சென்றிருந்தான். ஜெர்மனியிலிருந்து புதிய மெஷின் ஒன்றை அவர்கள் வாங்கியிருக்கிறார்கள் எனும் தகவலை விஜயகுமார் பகிர்ந்து அந்த இயந்திரத்தை எதற்காக வாங்கியிருக்கிறார்கள், அதை வைத்து புதிதாக எதை தயாரிக்கப்போகிறார்கள், அதற்கு தேவையான டூல்ஸ் என்ன என்ன முதலிய தகவல்களைப் பெற்று வரச்சொன்னார். அதன் மேலாளர் ரங்கனிடம் இதைக்குறித்து பேசத்துவங்கும் போதிலிருந்தே அலட்சியம் வெளிப்பட்டது. இரண்டு மூன்று முறை புதிய இயந்திரம் குறித்து பேசிய போது ஒரே பதில் திரும்பத்திரும்ப கிடைத்தது.

“தம்பி நீ எப்பவும் ஸ்டோரேஜ் மேனேஜர் கண்ணன தான பாப்ப. இங்க என்ன திடீர்னு?”

அவன் எது பேசினாலும் அவர் பொருட்படுத்தப்போவதில்லை என்பதற்கேற்ப முகபாவனையை வைத்துக்கொண்டார். மேலும் அவரே தொடர்ந்தார்.

“வேணா ஒண்ணு பண்ணு இன்னிக்கு வியாழக்கெழம. நீ செவ்வாய்க்கு வா. பேசுவோம்”

“இதுவே எனக்கு மூணாவது தடவ. ஒவ்வொரு தடவையும் இதே தான் சொல்றீங்க. தள்ளி போடுறீங்க”, என்று சொல்லித் தயங்கினான்.

“என்ன பண்றது. இந்த டைம்ல பாதி ஆள் தான் வேலை பாக்கறோம். அப்பறம் டெலிவரில இருந்தவன் இப்ப ஆர்டர் எடுக்க வந்துருக்கான். ஆனா மெஷின் இன்னமும் செட் ஆகலையே”

அவரின் சொற்கள் அவனுள் கோபத்தைக் கிளரியது. தன்னுடன் பணியாற்றும் முருகனுக்கும் எபிநேசருக்கும் தன்னுடைய முன்னேற்றம் பிடிக்கவில்லை என்பதை ஏற்கனவே அறிந்திருந்தான். ஆனால் அதுநாள் வரையில் டெலிவரி செய்துவந்த எந்த நிறுவனத்தின் ஆட்களுக்கும் பிடிக்காமல் போயிருக்கிறது என்பதை புரிந்துகொண்டான். பல நிறுவனங்களில் இதுபோன்ற புறக்கணிப்பை சந்தித்திருக்கிறான். ஆனால் ரங்கனின் நேர்மையான வசை புரிந்துகொள்ள ஏதுவாய் அமைந்தது. கட்டுப்படுத்திக்கொள்ள இயலாமல் கத்தினான்.

“மொதல்ல என்னைய ஒருமைல கூப்பிடறத நிறுத்துங்க. அதென்ன டெலிவரினா எகத்தாளம் சேல்ஸ்னா கௌரவம்! ஒரே பிராடக்டுக்கு தான் ரெண்டு பெரும் வேலை செய்யுறோம். நானும் கவனிச்சுக்கிட்டே இருக்கேன் சேல்ஸ்ல இருந்து ஆள் வந்தா சார்னு கூப்பிடறது. அதே டெலிவரினா வா போனு தெரு நாய் மாதிரி நடத்தறது? இப்ப நான் டெலிவரியா வரல. சேல்ஸ்லருந்து வந்திருக்கேன்.”

அவன் பேசப்பேச ரங்கன் சுற்றி முற்றி பார்த்தார். அவனது குரல் கோபத்துடன் கர்ஜித்தது. உடன் பணி செய்தவர்கள் அவர்களின் உரையாடல்களை, கஜேந்திரனின் கத்தலை வேடிக்கைப் பார்த்துக்கொண்டிருந்தனர். சின்னதான தலைக்குனிவையும் ஒரு டெலிவரி ஆள் தன்னை அசிங்கப்படுத்துகிறான் எனும் எண்ணமும் கோபத்தைக் கிளறியது.

“ஓகே சார்!”

ரங்கன் சார் எனும் சொல்லை அழுத்திக் கூறினான்.

“செவ்வாய்க்கிழமை வாங்க. பாக்கலாம் சார்”

மீண்டும் சார் எனும் சொல்லை அழுத்திக்கூற கஜேந்திரன் வெளியேறினான். சென்ற மறுகணம் திரும்பி தனக்கு அடுத்த நிலையில் இருக்கும் பணியாளரிடம் ரங்கன் கட்டளையிட்டான்.

“இவனுங்களோட காம்படேட்டர் ஆளுங்களோட டீலர்ஸ் லிஸ்ட் எடு. போன் நம்பரோட”

கஜேந்திரனின் கோபம் அடங்கவில்லை. ரங்கனிடம் பேசியது தவறு என ஒருக்கணம் எண்ணினாலும் அது ரங்கனுக்கு மட்டுமான கோபமாகத் தோன்றவில்லை. இரண்டு வாரங்களுக்கு முன்பு அம்பத்தூர் தொழிற்பேட்டையின் சிறிய நிறுவனம் ஒன்று அவனை இரண்டு மணி நேரம் காக்க வைத்தது. அதற்கு பின்பும்

அவன் திட்டமிட்டிருந்த பணியை செய்ய இயலாமல் அலுவலகம் திரும்பினான். ஒவ்வொரு இடத்திலும் ஏற்பட்டத் தடைகளை மனம் அசைபோட்டது. டெலிவரி ஆளாக இருந்து சேல்ஸ்மேனாக மாறினாலும் தன்னை டெலிவரி ஆளாக மட்டுமே பார்க்கும் பார்வையை அவனால் மாற்ற இயலாமல் போனது. விற்பனையில் தன் திறனை வளர்த்துக்கொள்ள முந்தைய அடையாளமே முட்டுக்கட்டையாக அமைந்திருந்தது.

திண்டிவனம் கடந்து சென்றுகொண்டிருந்தான். வெயில் சுட்டெரித்தது. அலைபேசி ஒலிக்கவே சிந்தனைகள் இடறி ஓரமாக நிறுத்தினான். பக்கத்து வீட்டு அன்பு அழைத்து கஜேந்திரனின் பயணம் குறித்தத் தகவலை கேட்டறிந்தான். மேலும் எந்த எந்த விஷயங்களை செய்து வைக்கட்டும் என்று கேட்ட கேள்விக்கு விடை தெரியாது முழித்தான்.

“எனக்கு இது எதுவும் தெரியாதுங்க. யார்கிட்ட ஹெல்ப் கேக்கறதுன்னு எனக்கு தெரில. உங்களுக்கு நல்லதுனு படறத செய்ங்க. நான் வந்து காசு குடுத்திடறேன்”

கைவசமாக பத்தாயிரம் மட்டுமே வைத்திருக்கிறோம் எனும் எண்ணம் அந்த வார்த்தையை சொல்லிமுடித்தவுடன் நினைவில் மூண்டது. அன்பு கவலைகளைப் போக்கும் வண்ணம் மீண்டும் கூறினான்.

“என்னால் முடிஞ்சத செய்றேன். குருக்களோட போன் நம்பர குடுக்கறேன். கடைசி காரியம் எப்படி பண்றதுனு நீங்க பேசிக்கங்க.. அப்பறம் நீங்க சொல்றத பாத்தா வந்து சேர சாயங்காலம் ஆயிடும் போல இருக்கு. அதனால அப்பாவ நாளைக்கு தான் எடுக்கற மாதிரி இருக்கும். ஆறு மணிக்கு மேல எடுக்க மாட்டாங்க. உங்க சொந்தக்காரங்களுக்கும் இதே தகவல சொல்லிடுங்க”

சரி என்று சொல்லி அழைப்பை துண்டித்தான். அருகில் இருந்த கடையில் ஒரு இளநீர் வாங்கிப் பருகினான். சிந்தனையில் மரியாதை எனும் சொல் தந்தையுடன் சேர்ந்துகொண்டது. பத்தாயிரம் எனும் எண்ணம் அவனின் நினைவை கடந்த காலத் தவறில் நிலைநிறுத்தியது. வீட்டிலிருந்து வெளியேறும்போது அப்பாவின் வயது அறுபது. அரசு பள்ளியில் தமிழாசிரியராக பணியாற்றி வந்தார். அவரது கடைசி நாளில் கணக்கு வழக்குகள் முடிந்து கைவசம் அன்பளிப்பாக நண்பர்களிடமிருந்தும், அந்த பள்ளி மாணவர்களிடமிருந்தும் தனிப்பட்ட முறையில் பத்தாயிரம் ரொக்கம் கொடுக்கப்பட்டிருந்தது.

அத்துடன் சில இனிப்புப் பலகாரங்களையும் வாங்கிக்கொண்டு வீடு வந்து சேர்ந்தார். அப்பாவின் முகத்தில் தெரிந்த பூரணத்துவம் எப்போதும் ஆச்சர்யப்படும் ஒன்றாக அவனுக்கிருந்தது. இப்போது அந்த முகத்தை நினைவில் கொண்டு வர முயற்சித்தாலும் அந்த முயற்சியில் தோற்றுப்போனான். அன்றைய இரவு எட்டு மணிவாக்கில் அப்பா நடைபயிற்சிக்கு போன நேரத்தில் பள்ளிக்கு செல்லும் வழமையான பையில் துணிமணிகளும், அப்பாவிற்கு கிடைத்த பத்தாயிரத்தையும், மேலும் அவரது மணிப்பர்சில் இருந்த சொற்பத் தொகையையும் எடுத்துக்கொண்டு கிளம்பினான். கடைசி நேரத்தில் எங்கு காவல் நிலையத்தில் புகார் அளித்துவிடுவாரோ எனும் பயமும் அவனுள் தொற்றிக்கொண்டது. வெடுக்கென அப்பாவின் அன்றாட டைரியின் முதல் பக்கத்தை எடுத்தான். "கிளம்புகிறேன். தேட வேண்டாம்." என்று மட்டும் எழுதிவிட்டு வீட்டை விட்டு வெளியேறினான். அதற்கு பிறகு சென்னையில் அவனைத் தேடி யாரும் வரவில்லை. நண்பன் சரவணனிடம் பேசும்போது அவனுடைய அப்பா கல்லூரிக்கு நான்கைந்து முறை வந்ததாகவும் கஜேந்திரனைப் பற்றி விசாரித்த போது யாரும் தெரியவில்லை என்றே சொன்னதால் ஒருவித விரக்தியுடன் திரும்பிச் சென்றதாகவும் கூறினான்.

இளநீர் தீர்ந்தது. மீண்டும் வீடு நோக்கி பயணத்தைத் தொடங்கினான். அலுவலகத்தின் பிரச்சினையையும் தந்தையுடனான தன் உறவுச் சிக்கலையும் ஒருசேர எண்ணி குழப்பிக்கொண்டான். எளிமையாக வெளியேறிவிட்டோம். ஒருமுறையேனும் சந்தித்திருக்கலாம் எனும் எண்ணம் வந்தடைந்தபோது வண்டியை கெட்டியாகப் பிடித்துக்கொண்டு அழுதான். யாருடனோ பேசுவதுபோல் கண்ணாடியைப்பார்த்து "என்னைய மன்னிச்சிருப்பா" என்றான். மீண்டும் மீண்டும் அதைச் சொன்னவாறே வண்டியின் விசையை முடுக்கினான்.

எவ்வளவு முயற்சித்தும் அப்பாவின் முகம் நினைவில் எழ மறுத்தது.

6

“**சா**ர் கொஞ்சம் தள்ளி வெயிட் பண்ணுங்க. ஒரு கொரோனா பாடி வருது. அது முடிச்சிட்டு உங்களுக்கு எழுதித் தர்றேன்”

நோய் குறித்த செய்தி கேட்டவுடன் அன்பு சற்று பதற்றம் கொண்டான். எரிகிடங்கின் எதிர்முனையில், அதே வளாகத்தினுள் இருந்த பெரிய வேப்ப மரத்தடிக்கு நகர்ந்து சென்று காத்திருந்தான். ஆம்புலன்ஸில் இறந்தவரின் சடலம் கொண்டுவரப்பட்டது. உடலின் எந்த ஒரு அங்கத்தையும் பார்க்க இயலாதவாறு இறுக்கி கட்டப்பட்டிருந்தது. உடன் மருத்துவமனையிலிருந்து உடல் முழுக்க பாதுகாப்பு கவசங்களை அணிந்து கொண்டு நால்வர் வண்டி—யிலிருந்து இறங்கினர். சற்று தள்ளி ஆட்டோவில் ஒரு பெண்மணி வந்திறங்கினார். அவரை அங்கேயே நிறுத்தி இதற்கு மேல் நீங்கள் வரக்கூடாது என எச்சரிக்கை விடுத்தனர். பின் கைவசம் இருக்கும் பையிலிருந்து புதிய பிபிஇ பாதுகாப்புக் கவசங்களை எரிகிடங்கின் ஆட்களுக்கு கொடுத்தனர். அதை அணிந்துகொண்டு பின்னர் சடலத்தை உள்ளே எடுத்துச் சென்றனர்.

அதைப் பார்க்கப் பார்க்க அன்புவிற்குள் சங்கடமான உணர்வு ஏற்பட்டது. இப்படி ஒரு மரணமா மனிதனுக்கு ஏற்பட வேண்டும்? அழக்கூட ஆட்களில்லை. ஆட்கள் இருந்தும் அருகில் அனுமதிக்கப்படவில்லை. இதே மரணம் நோய் காரணமின்றி நிகழந்திருப்பின் அவருக்கு ஆறுதலான இறுதிச் சடங்காவது நிகழ்ந்திருக்கும். ஆனால் அது யாருக்கான ஆறுதல் ?

மனதுள் கேள்விகள் முளைத்துக்கொண்டே சென்றன. ஆம்புலன்ஸின் ஓட்டுனர் சிகரெட்டை பற்ற வைத்துக்கொண்டு

வேப்பமரத்தடிக்கு வந்தான். எரிகிடங்கினுள் சடலத்தை அனுப்பும்போது பாடல் ஒன்றை அங்கு ஒலிக்க விடுவர். அவரது ஆன்மா கடன்களின்றி இறைவனடி சென்றடையும் எனும் அர்த்தம் பொதிந்த பாடல். பாடல் ஒலிக்கப்பட்டவுடன் அழுக்கடைந்த உருவம் எரிகிடங்கின் பின்புறமிருந்து ஓடி எரிக்கப்படும் இடத்திற்கு எதிராக வந்து நின்றது. அழுக்கடைந்த உடல். கோமணம் மட்டும் கட்டியிருந்தான். சிக்கும் அழுக்கும் அண்டிக்கிடக்கும் கேசம் இடை வரை நீண்டிருந்தது. உள்ளே சடலத்தை அனுப்ப ஆட்கள் தள்ளத் துவங்கியவுடன் அழுக்கடைந்த மனிதன் கைகூப்பி பாடத் துவங்கினான்.

"நீளவீடு கட்டுறீர் நெடுங்கதவு சாத்துறீர் வாழவேணு மென்றலோ மகிழ்ந்திருந்த மாந்தரே காலன் ஓலை வந்தபோது"

சிகரெட் பிடித்திருந்தவன் அன்புவிற்கு சிகரெட் வேண்டுமா என விசாரித்தான்.

"பைத்தியம் சார். பைத்தியம்"

ஆமோதிப்பதுபோல் அன்பு தலையாட்டினான். ஓட்டுனர் மேலும் தொடர்ந்தான்.

"கொரோனா ஆரம்பிச்சு அதுல நான் டிரைவர் ஆனதுலருந்து இது முப்பதாவது பாடி. அதுல இருபத்தி நாலு இதே க்ரீமட்டோரியத்துக்கு. ஒவ்வொரு பாடிய உள்ள அனுப்பும்போதும் விதவிதமா உளறிகிட்டே இருக்கும். யாருக்கும் எந்த எழவும் புரியாது."

"இங்க தான் இருக்காரா?" , என ஆர்வத்துடன் அன்பு விசாரித்தான்.

"ஈஸ்வரன் கோயில்கிட்ட சுத்திக்கிட்டு இருந்தான். நெறைய கம்பளைண்ட் பொது மக்கள் கிட்ட இருந்து. கொழந்தைங்க பயப்படுறாங்கணு. ஆனா இது ஒண்ணுமே பண்ணாது. டெய்லி எங்கருந்தோ வரும். கோயில் வாசல்லருந்து சிவன பத்தி சத்தமா பாடும். காலைல ஆறு மணிக்கு. அப்பறம் எங்கயோ போயிடும். போலீஸ வச்சு மக்கள் இப்படி சொல்றாங்கன்னு கோயில்காரங்களே தொரத்திட்டாங்க. இதெல்லாம் நான் ஒரு அஞ்சாறு வருஷம் முன்னாடி கேள்விப்பட்டது. அதுக்கப்பறம் இந்த ஆள இங்க தான் பாக்கறேன். ஆளும் கொரலும் மாறல. இன்னமும் அப்படியே பைத்தியமா கெடக்கான்"

கதை கேட்பதுபோல் தலையாட்டிக்கொண்டிருந்தான். ஓட்டுனரின் கைகளில் இருந்த தற்காப்புக் கவசங்களை நோட்டம் விட்டான். முகக்கவசத்தை வீட்டிலேயே மறந்து வந்தது குற்றவுணர்ச்சியை ஏற்படுத்தியது. கவசங்களை சுட்டிக்காட்டினான்.

"உங்களுக்கு பயம்மா இல்லையா?"

ஓட்டுனர் சிரித்தான்.

"மொதல்ல இருந்துச்சு. அப்பறம் போயிடுச்சு சார். தோ இந்தாளு இங்கன தான் இருக்காரு. பிலடிங் கான்ட்ராக்டரு. ஊரடங்கு போட்ட நேரத்துல அமைதியா வீட்டோட இருந்தாரு. ஆனா ரெண்டு மூணு மாசத்துல ஊரடங்க எடுக்கறதுக்கு முன்னாடியே மறுபடியும் வேலை செய்ய ஆரம்பிச்சிட்டாரு. சித்தாளு கொத்தநாருன்னு யாருக்கும் வருமானம் இல்ல. அதனால கூப்பிடவுடன வந்துட்டாங்க. இந்த நேரத்துல தான் கம்மியான சம்பளத்துல ஆள் எடுத்து லாபம் பாக்க முடியும்னு மூணு வீடு கட்டிக்கொடுத்தாரு, ஒரே நேரத்துல"

"இவருக்கு கொரோனானா சித்தாள் வீட்டுக்காரங்களுக்கெல்லாம் வந்திருக்கணுமே", என்று அச்சம் மேலிட அன்பு விசாரித்தான்.

"சனி புள்ளையா வந்துச்சு. வெளிநாட்டுல அவம்புள்ள படிச்சிக்கிட்டு இருந்தான். மூணு மாசம் கழிச்சு வீட்டுக்கு வந்தான். அப்பனுக்கு சளி தும்மல்."

ஆம்பூலன்ஸை எடுக்கலாம் எனும் சைகை உடன் வந்தவர்களிடமிருந்து கிடைத்தது. சிகரெட் துண்டை கீழே போட்டு மிதித்தான். தற்காப்புக் கவசங்களை எடுத்து அணிந்துகொண்டான்.

"இல்லாதவன் உசுர பணயம் வச்சு ஓடலாம் சார். இருக்கறவன் ஏன் ஓடனும்? ஆசை சார்."

எரிந்துகொண்டிருந்த சடலத்தின் துணைக்கு வந்தவரிடம் மதியம் வந்து சாம்பலை வாங்கிக்கொள்ளுமாறு அறிவுறுத்தினர். பின் அன்புவை அழைத்தனர். ஓட்டுனரின் கடைசி சொற்கள் அன்றைய காலை செல்வத்தை வந்து பரிசோதித்து மரணத்தின் காரணத்தை எழுதிக்கொடுத்த மருத்துவரை நினைவூட்டியது.

"மாரடைப்புனு எழுதிடறேன். ஒரு 500 சார்ஜ் ஆகும்"

அதைச் சொல்லும்போது கோமளாவும் அருகில் நின்று கேட்டுக்கொண்டிருந்தாள். மருத்துவரிடம் பணம் கொடுத்து அனுப்பியவுடன் கோமளா கோபமாக அன்புவிடம் புலம்பினாள்.

“ஊசிக்கு நூறு ரூபா வாங்கறான். அதுவும் பச்ச கொழந்தைக்கு. ஏதோ பெரிய ஊர்ல இருக்குற டாக்டர் கணக்கா. சவத்துக்கு ஒண்ணும் பண்ணாம ஒரு லெட்டர் எழுதித்தர ஐநூறு ரூபா. அதுல அவனுக்கு ஒரு ரூபா கூட பிரயோஜனமா இருக்காது! சாகும்போது பாக்கெட்ல காசோடதான் சாகணும்போல”

நினைவை இடைவெட்டும் வகையில் எரிகிடங்கில் இருந்த காரியதரிசியின் குரல் ஒலித்தது.

“ஐநூறு ரூபா குடுத்து டைம் சொல்லிடுங்க. முக்கால் மணி நேரத்துக்கு முன்னாடியே வந்துடுங்க. டைம் ரொம்ப முக்கியம். லேட் ஆக்கிடாதீங்க.”

விதண்டாவதாம் எதையும் செய்யாமல் பணத்தையும் அவர்கள் கேட்ட செல்வம் குறித்த தகவல்களையும் சொல்லிவிட்டு எரிப்பதற்கான ரசீதைப் பெற்றுக்கொண்டான். கிளம்புவதற்கு முன் பைத்தியத்தை ஒருமுறை பார்க்கத் தோன்றிற்று. எரிகிடங்கைச் சுற்றிலும் புதர் மண்டியிருந்தன. எரிந்து கொண்டிருந்த சடலத்தின் புகை கட்டிடத்தின் பின்புறம் வான் நோக்கி எழும்பிக்கொண்டிருந்தது. அதைப்பார்த்தவாறு புதருக்கு இடையில் இருந்த புளியமரத்தடியில் பைத்தியம் அமர்ந்துகொண்டிருந்தது. கண்கள் புகையை இமைக்கொட்டாதவாறு பார்த்துக்கொண்டிருந்தது. உதடுகள் எதையோ முணுமுணுத்தவண்ணமிருந்தது. உணவு வாங்கித்தரலாமா எனும் எண்ணம் எழுந்தது. மறுநொடியே அதை கைவிட்டுவிட்டு வீடு நோக்கிக் கிளம்பினான்.

செல்வத்தைப் பார்க்கத் தெருவாசிகள் சிலர் வந்தனர். ஒவ்வொருவர் ஒவ்வொரு விஷயங்களை செய்யச் சொல்லினர். ஆனால் முன்வந்து செய்யத் தயாராயில்லை. கோமளாவிற்கு கோபம் கனன்றது. அதை வெளிக்காட்டிக்கொள்ளாமல் தன் வீட்டில் கிடைத்த பழைய வேட்டியிலிருந்து கயிற்றைப் போல வெட்டி எடுத்து வந்து கால் கட்டை விரல்கள் இரண்டையும், பின் கை கட்டை விரல்கள் இரண்டையும் சேர்த்து கட்டினாள். பஞ்சு எடுத்து வந்து நாசித்துவாரங்களில் வைத்தாள். சவத்தை தீண்டுகிறோம் எனும் அருவருப்பு அவளுள் இருந்தாலும் அதைப் பொதுவில் வெளிக்காட்டிக்கொள்ளாமல் இயல்பாய் இருந்தாள். சில தெருவாசிகள் வீடு வரை வந்து சம்பிரதாயமாக கோமளாவிடம் எப்படி நடந்தது, மகனிடம் சொல்லிவிட்டீர்களா, எப்போது வருகிறார் முதலிய கேள்விகளை மட்டும் கேட்டுவிட்டு செல்வத்தை கூட பார்க்காமல் சென்றுவிட்டனர்.

அன்புவின் வருகை அவளுக்கு ஆறுதலாக இருந்தது. அவரிடம் இடைவேளை கேட்டு வெற்றிக்கும் மணிகண்டனுக்கும் உணவு கொடுக்கச் சென்றாள். சுருக்கமாக அங்கு நிகழ்ந்த விஷயங்களைச் சொல்லிவிட்டு யார் யார் வந்து சென்றார்கள் எனும் தகவலையும் பகிர்ந்தாள். வீட்டிற்கு வரும் வழியிலேயே அடார்ன்ஸில் தேவையான நாற்காலிகள், ஷாமியானா ஆகியவற்றைப் பேசி அவர்களோடு அன்பு வீடு வந்து சேர்ந்தான். அதே நேரம் சொல்லியிருந்த ஐஸ் பெட்டியும் வந்து சேர்ந்தது. அன்புவும் ஐஸ் பெட்டியைக் கொண்டு வந்த ஓட்டுனரும் சேர்ந்து செல்வத்தைத் தூக்கி பெட்டிக்குள் வைத்தனர். குளிர்சாதன பெட்டிக்கான ரசீதை அன்புவிடம் கொடுத்து கணக்குக் கூறினான்.

“மொத்தம் நாலாயிரம் ரூபா சார். நாளைக்கு க்ரீமட்டோறியத்துக்கு கூட நானே வந்துடறேன். அங்க எறக்கி வச்சுட்டு நான் பாக்ஸ எடுத்துக்கறேன். அப்ப காசு குடுத்தா போதும்”

அவனிடம் விடைபெற்று ஷாமியானா இட வந்த ஆட்களை கவனித்தான்.

“பொதுவா ஒரு செட் என்னவோ அதை எடுத்துக்கிட்டு வந்திருக்கேன். உங்களுக்கு எப்படி வேணும் சார்?”

அன்புவின் மனம் செலவுகள் குறித்து சிந்திக்கத் துவங்கியது. அப்படி எண்ணுவது தவறோ எனும் எண்ணமும் இணைகோடாய் வலுத்தது.

“பேசியிருந்த மாதிரியே 2500 ரூபாய்க்கு என்ன வருமோ அதப்போடுங்க”

துரிதமாக வேலைகள் நிகழ்ந்தன. அலங்கரிக்கப்பட்ட வீடும் மௌனமும் மரணத்தின் கலையை அவ்வீட்டிற்கு கொடுத்தது. இந்த வீட்டில் இதுவரைக்கும் என்றேனும் பந்தல் நடப்பட்டிருக்கிறதா என யோசித்தான். அதுவே முதல் முறை. முந்தைய தினம் செல்வம் கூறிய வீட்டின் பாரம் எனும் சொல்லுடன் இந்த சிந்தனை சேர்ந்துகொண்டது. அன்புவின் மனம் எல்லாவற்றையும் கோர்த்து கோர்த்து சோகத்தை வரவழைத்துக்கொண்டிருந்தது. இத்தனை சோகமாய் என்றுமே தான் இருந்ததில்லையே என விசனப்பட்டான். அப்பாவின் மரணம் அறியாத வயதில் நிகழ்ந்தது. அம்மாவின் மரணம் நோய்மையால் நெடுநாள் கிடந்து நிகழ்ந்தது. அவை இரண்டுமே எளிமையானப் பிரிவாக மட்டும் அவனுள் பதிவாகியிருந்தது. செல்வத்தின் பிரிவு உள்ளூறைந்திருக்கும் சோகத்தை கிளறிக்கொண்டே

இருந்தது. அன்புவை பலகீனமானவனாக மாற்றிக்கொண்டிருந்தது. ஷாமியானா போட்டு முடித்தவுடன் யாரும் செல்வத்தைப் பார்க்க வரவில்லை என்பதை அறிந்துகொண்டு தன் வீட்டிற்கு சென்றான். வீட்டிற்குள் நுழையாமல் பின்பக்கமாக வந்து அமர்ந்துகொண்டான். முந்தைய இரவு படுத்துறங்கிய கயிற்றுக்கட்டில் அப்படியே கிடந்தது. தன் கவலையை கூற ஆரம்பிக்கும்போதே கோமளா தடுத்தாள்.

“அந்த வீட்ட பத்தி மறுபடியும் பேசாத. இதே தெருல தான் எவனாவது வர்றானா? எத்தன குறை சொல்றாணுங்க. கால கட்டு, கைய கட்டு, மூக்குல பஞ்ச வை. நான் என்ன அவனோட பொண்ணா? அவருக்கு தொணையா யாருமில்லணு தெருக்காரங்களுக்கும் தெரியும். அப்ப யாரோ ஒருத்தி யாரோ ஒரு பெரியவருக்காக செய்றாளேனு வரலாமில்ல. ஒரு நாதியும் வரல. உனக்காக மட்டுந்தான் செய்றேன். உன்னைய எதுவும் கேக்கல. நீ மனசு விரும்பறா மாதிரி இருந்து பாத்துக்க. விஷயத்த அவன் பையங்கிட்ட ஒப்படைச்சிட்டு வா. ஆனா என்னைய எதையும் செய்ய சொல்லாத.”

தன் சோகத்தை விழுங்கிக்கொண்டான். குளிக்கச் சென்ற கோமளா குளியலறையிலிருந்துகொண்டும் புலம்பினாள்.

“குடும்பத்த ஒடையாம பாத்துக்கறதுதான் புருஷனுக்கு அழகு. ஆனா மொத்த குடும்பத்தையும் சுக்கு நூறா ஒடச்சிட்டு வீட்ட மட்டும் வச்சிக்கிட்டு இருக்கறதுல அர்த்தமே இல்ல. நல்லா கேட்டுக்க வீடு குடும்பத்த பத்துரமா ஒடையாம வச்சுக்கும். ஆனா வீட்ட விட்டுட்டு வெளியேறக்கூடாது. வெளிய போயிட்டா அதே வீட்டுக்கு யாராலயும் திரும்ப வர முடியாது. இதெல்லாம் உனுக்கு எங்க புரியப்போகுது. உனக்கு அணா மட்டும் தான் தெரியும். அவர் சொல்றது மட்டும் தான் புரியும். அத வச்சு மட்டும் எப்பவும் யாரையும் தீர்மானிச்சுராத”

மனைவியின் சொற்கள் புரிந்தும் புரியாமலும் மங்கலாய் கேட்டது.

“பொண்ணு தான் குடும்பத்த தீர்மானிக்குற ஆளு. ஒரு பொண்ணே வீட்ட விட்டு வெளியேறுதுனா அந்த குடும்பத்துல எங்கயோ ஓட்டை இருக்குனு அர்த்தம். அது கண்டிப்பா அந்த வீட்டுக்கு தெரியும். ஆனா வெளியாள் யார்கிட்டயும் அதால சொல்ல முடியாது. இந்தாக் குடி ”

குளித்து தலையைத் துவட்டிக்கொண்டே தேநீர் கொடுத்தாள். எரிகிடங்கில் பார்த்த விஷயங்களைப் பகிர்ந்தான். கோமளாவிற்கு அவ்விஷயங்கள் உவப்பானதாக இல்லை என்பதால் தலையாட்டிவிட்டு வீட்டிற்குள் சென்றாள். நிறைய கவலைகளை

அன்பு பேச நினைத்தான். மனைவியின் முகபாவம் அதற்கு உகந்ததாக இல்லை என்பதால் தனக்குள்ளேயே சொற்களை தேக்கி வைத்துக்கொண்டான். வாசல் பக்கம் சென்று காத்திருந்தான். நகரின் அசோசியேஷன் தலைவர் நாகேந்திரன் வந்திருந்தார்.

"எப்ப எடுக்குறீங்க?" என்று அன்புவிடம் விசாரித்தார்.

"பையன் இன்னமும் வரல. வந்துகிட்டு இருக்காரு. சாயங்காலம் ஆயிடும்போல. நாளைக்கு தான் எடுக்குறா மாதிரி இருக்கும்"

நாகேந்திரன் உடன் வந்த குருக்கள் பக்கம் திரும்பினார்.

"ஐயரே நாளைக்கு காலைல கோவில தொறக்க வேண்டாம். சாயங்காலம் மட்டும் வந்துருங்க."

தன்னையும் மீறி அன்பு நாகேந்திரனிடம் "செல்வம் சார பாக்கலியா?" என்று கேட்டுவிட்டான். நாகேந்திரனின் முகத்தில் சங்கடம் பட்டவர்த்தனமாய் தெரிந்தது. வேண்டா வெறுப்புடன் படியேறி ஐஸ் பெட்டியில் வைக்கப்பட்டிருந்த செல்வத்தைப் பார்த்தார். அஞ்சலி செலுத்துவதைப் போன்று பாவனையுடன் தலையை கவிழ்த்திக்கொண்டார். நாகேந்திரன் விடைபெற்றவுடன் அப்பாவின் இறுதி காரியத்தின் முன்னெடுப்புகளை மகனிடம் பேசாமல் முடிவெடுத்துவிட்டோமே எனும் சங்கடம் தொற்றியது. தகவலைப் பகிர கஜேந்திரனை அழைத்தான். அப்போதே செல்வத்தின் தலையணைக்கடியில் கிடைத்த சீட்டில் மூன்றாவதாக இருந்த பெயரின் நினைவு தட்டியது. அப்படியொரு அழைப்பிற்காகவே காத்திருந்ததைப் போன்று எதிர்முனையில் இருந்த குரல் பேசியது.

7

தூசியும் களைப்பும் முகத்தில் அப்பியிருக்க ஆத்தூரைக் கடந்து சென்றுகொண்டிருந்தான். சில கணங்கள் விழித்த நிலையில் கனவுகள் வந்துபோயின. ஏதேனும் ஒரு எதிர்பாராத நொடியில் விபத்து ஏற்படுமோ எனும் பயமும் உள்ளூர உறைந்திருந்தது. வழியில் தென்பட்ட சிறிய தேநீர் கடையோரமாய் நிறுத்தினான். சுடுநீரில் முகத்தைக் கழுவினான். தேநீரும் பட்டர் பிஸ்கட்டும் பசியை ஆற்றியது. அப்பாவின் முகத்தை நினைவில் கொணர முயன்றான். வீட்டிலிருந்து கிளம்பும் போது அப்பாவின் ஒரு புகைபடம் கூட தன்னுடன் எடுத்து வராமல் வந்துவிட்டோம் எனும் குற்றவுணச்சி அப்போது தோன்றியது. அலைபேசியில் கூட அப்பாவை ஒரு புகைப்படம் எடுக்கவில்லையே என்பது குற்றவுணர்ச்சியின் காரணத்திற்கு வலு சேர்த்தது. மீண்டும் பயணத்தைத் தொடங்கினான்.

அப்பாவிடம் சொல்லாமல் விட்ட விஷயங்களின் கனத்தை, வாழ்ந்த இந்த ஆறாண்டுகளை இனி எப்போதும் பகிரவே முடியாது என ஏங்கினான். நினைவுகள் அப்பாவுடனான பிரிவிற்கும், அலுவலக விஷயத்திற்கும், சமீப நாட்களில் விடிகாலை தருணத்தில் தோன்றும் கனவுகளுக்கும் மாறிக்கொண்டிருந்தன. எது ஒன்றிலும் நிலைகொள்ளாமல் மனம் தாவிக்கொண்டேயிருந்தது. சில நேரங்களில் தனிமையில் சாலையில் பேசிக்கொண்டே வாகனத்தை ஓட்டினான். அலுவலகத்தில் பேச நினைத்தும் பேச இயலாமல் மௌனித்து கிடந்ததை எண்ணி வருந்தினான்.

"மரியாதைய எதிர்பார்த்தது எப்படி சார் தப்பாகும். யார் இவங்களுக்கு இந்த எளக்காரத்த குடுக்குறாங்க? பிராடக்ட் சம்மந்தமா

நான் பொய்யான தகவல குடுக்கல, தாமதமா அவங்களுக்கு சேர வேண்டிய பொருட்கள சேக்கல, என்னோட வேலைல நான் கரெக்டா இருக்கேன். ஆனா எனக்கான மரியாதை? அவங்களோட கண்லருந்து நான் டெலிவரி ஆள் இல்லைனு எப்படி தூக்கறது? எவ்ளோதான் சேல்ஸுக்கான தெறமைய வளத்தாலும், அவங்களுக்கு தேவையான பிராடக்ட கரெக்டா எடுத்து சொன்னாலும் நான் அவங்க பார்வைல கேவலமா இருக்கேன் சார். இத உங்களாலயும் சரி பண்ண முடியும்னு எனக்கு தோணல. வித்தைய கத்துக்குடுத்தீங்க. ஆனா அடுத்தவன் பார்வைலருந்து எனக்குனு இருந்த பழைய அடையாளத்த அழிக்க கத்துக்குடுக்கல. நான் இத பிரமோஷனா நெனைக்கறேன். என்னைத்தவிர யாருக்கும் அப்படி தோணல"

அப்பாவின் நினைவொன்று இடையில் எழுந்தது. ஆறாவது படித்துக்கொண்டிருந்த சமயம். திருச்சியின் ஸ்ரீரங்கம் கோயிலுக்கு செல்லவிருந்த ஒரு குடும்பத்தினர் தங்களுக்கு தேவையான பட்சணங்களை செய்து தர ஒரு ஆள் வேண்டும் என தேடிக்கொண்டிருந்தனர். அந்த செய்தி அறிந்தவுடன் அப்பா ஒப்புக்கொண்டார். சேலத்தில் ஆர்டர் கொடுத்தவர்களுடைய வீட்டின் பின்புறம் அனைத்து பட்சணங்களையும் செய்துகொடுத்தார். உடன் அப்போது கஜேந்திரனும் சென்றிருந்தான். ருசித்துப் பார்த்து அனைவரும் அதைப் பாராட்டினார். அதற்கான தொகையை கொடுக்க வீட்டுத்தலைவர் அப்போது கொல்லைப்பக்கம் வந்தார். செல்வத்தைப் பார்த்தவுடன் ஆச்சரியமும் பீறிக்கொண்டு எழும் குற்றவுணர்ச்சியும் மோதின. மனைவியை அழைத்துத் திட்டினார்.

"இவர் தான் செயறார்னு தெறிஞ்சிருந்தா நான் வேண்டாம்னு சொல்லியிருப்பேன். மொதல்ல நல்ல காபி ஒண்ணு போடு போ."

செல்வத்தின் பக்கம் திரும்பி "உள்ள வாங்க சார். ஐ அம் வெரி சாரி"

செல்வம் எந்த சங்கடங்களையும் உணராமல் பதிலளித்தார்.

"நீங்க எந்த மன்னிப்பும் கேக்க வேண்டியதில்ல. சமையல் என்னோட விருப்பம். ரொம்ப சில பேருக்கு தான் நான் செய்றேன். உங்களுக்கு சங்கடமில்லனா ரெண்டே ரெண்டு மைசூர்பாக்கை மட்டும் பையனுக்காக எடுத்துக்கவா?"

அந்தக் குடும்பத் தலைவர் எதிர்ப்பு தெரிவிக்கவில்லை. கஜேந்திரனுக்கு விருப்பமான உணவு என்பதால் ருசித்து சாப்பிட்டான். காபி அருந்திவிட்டு சாவகாசமாகத் தொகையைப்

பெற்றுக்கொண்டு கஜேந்திரனுடன் செல்வமும் வீடு திரும்பினார். காபி அருந்தும்போதே செல்வம் தன் சின்ன மகனின் வகுப்பாசிரியர் எனும் தகவலைப் பகிர்ந்தார்.

கஜேந்திரனின் நினைவுகள் மீண்டும் சாலையின் பக்கம் திரும்பியது.

முதல் அடையாளம் தான் வாழ்க்கை முழுக்கவா? அப்படியெனில் என் முதல் அடையாளம் டெலிவரி ஆளா திருடனா? அடையாளத்தை யார் தீர்மானிப்பது? அடையாளம் பொதுவாம்சமாக அமையாதா? அடையாளத்தின் அர்த்தம் கண்களால் எழுதப்படுகிறதா? அதன் சுமை யார்மீது விழுகிறது?

மேலாளரின் சொற்கள் ரீங்கரித்தன. வசைகள் மீண்டும் கேட்டன. ஆறுதலாக தன்னை யாரேனும் அரவணைத்தால் இதமாக இருக்கும் என உணர்ந்தான். வண்டியை மீண்டும் முடுக்கினான். நினைவுகள் சொற்களாய், ஆட்களாய் தன்னைத் துரத்துவதாய் பயந்தான். மீண்டும் அதே கேள்வி உதித்தது.

திருடன் தான் தன் அடையாளம் எனில் தான் அங்கிருந்து முழுமைக்கும் தப்பித்தாக வேண்டும். ஆனால் தப்பித்து எங்கு செல்வது? படிப்பை முழுமை செய்யவில்லை. பன்னிரெண்டாம் வகுப்பை கல்வித்தகுதியாக வைத்து இந்த வேலையை வாங்கிவிட்டோம். இதில் ஆறாண்டுகள் அனுபவம் சேர்ந்தாயிற்று. வேறு வேலைக்கு செல்வதாக இருப்பின் என் முதலீடு ஆறாண்டா பன்னிரெண்டாவதா? வேறு எங்கு எனக்கு வேலை தருவர்? இந்த வேலையை கைவிட சரவணனின் மாமாவிடமும் ஒப்புதல் பெற வேண்டுமா? இந்த சிக்கல்கள் அனைத்தும் கைவிட்டவர்களின் பிழையா? கைவிடப்பட்டதன் பிழையா ?

கேள்விகள் குமைந்தவண்ணமிருந்தன. சேலத்தின் வாயிலை அடைந்திருந்தான். நாமக்கல் செல்லும் பிரதான சாலையின் சர்வீஸ் சாலையை தேர்ந்தெடுத்தான். வண்டியின் வேகம் குறைந்தது. அப்பாவின் முகத்தை நினைவிற்குள் சாதகமாக்க முயன்றான். அவரின் புன்னகை, அழுகை, கைவிரல்கள், கண்கள், புருவம் என எதையும் அவனால் நினைவிற்குள் கொணரமுடியவில்லை. நினைவில் ஒன்று தோன்ற மற்றது அழிந்தது. காலம் அவனுக்குள் இருந்த அப்பாவின் அடையாளத்தை அரித்திருந்தது. தன்னையறியாமல் உடல் நடுங்குவதை உணர்ந்தான். ஆறாண்டுகளுக்கு முன் பணத்தை திருடும் செயல் மட்டுமே நினைவில் துல்லியமாகப் படிந்திருந்தது. வீட்டின் வண்ணம், சிதைந்த பெயிண்டு அண்டிய சுவர்கள்,

வீட்டிலிருந்த பொருட்களின் அமைப்பு முதலிய அனைத்தையும் அவனால் நினைவில் காண முடிந்தது. மறக்க விரும்பும் விஷயங்கள் முண்டியடித்துக்கொண்டு நினைவில் எழுவதை தடுக்க இயலாமல் திணறினான்.

வீதிக்குள் திரும்பும் சாலையை அடைந்திருந்தான். ஓடி விளையாடிய தெரு அந்நியமாகியிருந்தது. புதியதாக இடப்பட்ட தார்ச்சாலையின் பளபளப்புடன் மெதுவாக நுழைந்தான். வெறிச்சோடி கிடந்த வீதி அவனுள் இருந்த வெறுமையை பிரதிபலித்தது. தன் வீட்டின் வாசல் கதவு மட்டும் திறந்திருப்பதை தெரு முனையிலிருந்தே பார்த்தான். வீட்டின் எதிர்ப்புறமிருந்த வேப்ப மரத்தின் கீழ் வண்டியை நிறுத்தினான். வரவேற்பதற்கு ஆளின்றி கிடந்தது வாசல்.

ஹாலின் மையத்தில் ஐஸ்பாக்ஸில் அப்பாவின் கால்களைப் பார்த்தான். கட்டை விரல்கள் கட்டப்பட்டிருந்தன. காலையில் கிளம்பி பள்ளிக்கு செல்லும்போது அணிந்திருப்பது போல் மெல்லிய ஆரஞ்சு நிற சட்டையும் பிரௌன் நிற பேண்ட்டும் அணிந்து கிடத்தப்பட்டிருந்தார். முகத்தில் இருந்த சுருக்கங்கள் கஜேந்திரனுக்கு புதிதாக இருந்தது. வயோதிகத்தின் படிக்கட்டுகளில் தொடங்கியிருந்த அவரது சுருக்கங்கள் பிரிந்திருந்த வருடங்கள் அதிகமோ எனும் எண்ணத்தைத் தூண்டியது. உதட்டில் நீங்காதிருந்த புன்னகை கஜேந்திரனை பெரும் சந்தேகத்திற்குள்ளாக்கியது. அந்த புன்னகையில் தெரிந்த தன்னிறைவு நிலைகுலைய வைத்தது. அவரது முகத்தைப் பார்த்தவுடன் உருவான தேம்பல் புன்னகையை பார்த்த மறுநொடியில் அடங்கியது. வாசல் கதவை அடைத்தான். மீண்டும் அந்த முகத்தைப் பார்த்தான். புன்னகையைச் சுட்டினான்.

“அப்படி என்ன சாதிச்சிட்டன்னு சிரிச்சீட்டு இருக்க? செத்திருக்க அவ்ளோதான்.”

மூச்சிறைத்தவாரே தொடர்ந்தான், “எல்லார விட்டும் எஸ்கேப் ஆயிருக்க. ஆனா பொண்டாட்டி உன்கூட இல்ல. புள்ள ஓடிட்டான், தனியா கெடந்து அல்லாடியிருக்க. கொஞ்சமாவது வருத்தம் உம்முஞ் சில இருக்கா? யாருமில்லைனு ஏக்கம் தான் இருக்கா?”

கோபத்தின் கனல் உடல் முழுக்கப் பரவியது.

“இப்ப எதுக்கு யா செத்து தொளச்ச? அதுக்குள்ளயும் என்ன சாதிச்சிபுட்டனு இந்த சிரிப்பு?”

மீண்டும் மீண்டும் அதே கேள்விகளைக் கேட்டுக்கொண்டிருந்தான்.

கேள்வியின் தொனி கோபத்திற்கேற்ப மாறிக்கொண்டேயிருந்தது. கஜேந்திரனால் அப்பாவின் முகத்தில் இருக்கும் சிரிப்பை எதிர்கொள்ள முடியவில்லை. தன்னுள் இருக்கும் குற்றவுணர்ச்சியை அந்த சிரிப்பு கீறிக்கொண்டேயிருந்தது. முதுகுப்பக்கம் இருந்த பையை கழற்றி ஓங்கி தரையில் அடித்தான்.

“புள்ள போனானே தேடலாம், வந்து பாக்கலாம்னு ஒரு வக்கில்ல, இப்ப ஒய்யாரமா செத்து ஐஸ்பாக்ஸ்ல படுத்திருக்க. வெக்கங்கெட்ட நாயே! பொண்டாட்டியையும் தேடிப்போகல, விட்டுட்டுபோன புள்ளையையும் தேடல அப்படியே சமைஞ்ச பொண்ணாட்டும் இந்த வீட்டையே கட்டிக்கிட்டு இருந்திருக்க. அப்படி இந்த வீட்ல உனக்கு என்னதான் இருக்கோ? ஏன் வாய மூடி கெடக்க, சொல்லித் தொலையேன்!”

அப்பாவின் முகத்தை பார்த்தவாறு தரையில் அமர்ந்துகொண்டான்.

“நான் சொன்னதுல எதுனாச்சும் ஒண்ணு செஞ்சி நானோ அம்மாவோ இங்க திரும்ப வந்திருந்தோம்னா ஒன் வாழ்க்கைல பெரிய சாகசம் பண்ணிருக்கறதா நான் நெனச்சிருப்பேன். யார் மேலயும் விருப்பமில்லாம சவமேனு வாழ்ந்து இப்ப சவமாவே படுத்துக்கெடக்க.”

பையை தரையில் விசிறியடித்ததில் பற்ற வைத்திருந்த விளக்கு அணைந்திருந்தது. அதைக் கவனித்த உடன் மனம் சற்று லேசானது. எழுந்து தீப்பெட்டியை சமையலறையில் தேடி எடுத்து வந்து ஏற்றினான். குரலில் சாந்தம் தென்பட்டது.

“எனக்குள்ள இருக்குற கோவத்தையெல்லாம் சொல்லிட்டேன். ஆனா கோவம் முடியல. இருந்தும் அதுக்கு ஏதும் அர்த்தம் இருக்குமானு தெரியல. கூடவே இருந்த எங்களுக்கு தான் எந்த சாகசமும் செய்யல. ஒரு நல்லாசிரியர் விருது வாங்க யோசிச்சிருக்கலாமில்ல, டியூஷன் எடுத்து தெருக்காரங்களோட புள்ளைங்கள நல்லா படிக்க வச்சு காசு பாத்திருக்கலாமில்ல, மூணாங்கிளாசுக்கு பாடம் எடுக்க ஆரம்பிச்ச, அஞ்சாங் களாஸ்ல முடிச்ச. எவனாவது உன்னைய நெனவு வச்சு அலுமினி மீட் நடத்துவானா? அதுக்கு கூட நீ கொறஞ்சது பத்தாவதுக்காவது எடுத்திருக்கணும்.”

சோகம் கோபமாகவும் புலம்பலாகவும் உருவெடுத்திருந்தது. ஆனாலும் அவ்வப்போது அப்பாவின் முகத்திலிருந்த புன்னகையை

விமர்சித்துக்கொண்டே இருந்தான். முகத்தை பார்க்கவியலாமல் அந்த புன்னகை தடுத்துக்கொண்டிருந்தது.

“இந்த ஆறு வருஷத்துல நான் பாத்த மனுஷங்கள்ள பலரப் பாத்து இப்படி ஒரு அப்பா எனக்கு இருந்திருக்கக்கூடாதோனு ஏங்கி—யிருக்கேன். இப்படி ஒன் புள்ள நெனைக்குறான்னு கூட உனக்கு தெரியவே இல்ல. கூட இருந்தா தான தெரியும். இங்க இருந்தப்பயும் இல்லாத மாதிரி தான் இருப்ப!”

கதவைத் தட்டும் ஓசை கேட்டது. எழுந்து சென்று திறந்தான். பக்கத்து வீட்டு அன்பு காத்திருந்தான்.

“வாங்க தம்பி நல்லா இருக்கீங்களா?”

யாரென்று தெரியாமல் விழித்தான். தன்னை அறிமுகப்படுத்தி அன்றைய காலை முதல் நிகழந்திருந்த அனைத்து விஷயங்களையும் அன்பு பகிர்ந்தான்.

“சாவு வீட்ல கதவடைக்கக்கூடாது தம்பி.”

கஜேந்திரன் ஆமோதித்தான்.

“தெருக்காரங்க எல்லாருக்கும் சொல்லிட்டேன். சொந்தக்காரங்களுக்கு சொல்லிட்டீங்களா?”

தன் மீது ஏறும் பொறுப்பை உணர்ந்தான். இனிமேல் தான் வீட்டிலிருந்து எண்களை எடுக்க வேண்டும் என மனம் திட்டம்போட்டது. அன்புவின் கண்களைப் பார்த்தான். சோகமும் களைப்பும் சேர்ந்து உப்பிப்போயிருந்தன.

“ரொம்ப தேங்க்ஸ்ணா. நெறைய செஞ்சிருக்கீங்க. நீங்க வேணா கொஞ்சம் ரெஸ்ட் எடுங்க. ரொம்ப டயர்டா தெரியுறீங்க”

கஜேந்திரனின் கனிவான பேச்சு அன்புவின் களைப்பிற்கு ஆறுதலாக அமைந்தது. தலையை அசைத்துவிட்டு கிளம்ப யத்தனித்தான். கோமளா ஒரு குவளையில் தேநீருடன் வந்தாள். அவளும் முகமன் கூறி நலம் விசாரித்தாள்.

“நீங்களும் விட்டு போயிருக்கக்கூடாது. பாவம் மனுஷன் தனியா அல்லாடுனாரு”

அவளுடைய முதல் சொற்களிலேயே குடித்த தேநீர் மூக்கில் ஏறியது. இருமினான். குடித்த சில தேநீர் துளிகள் மூக்கின் வழி வெளியேறியது.

கனவில் கேட்ட அதே சொற்கள் பயமுறுத்தின. கோமளாவின் ஆடையை கவனித்தான். நைட்டியில் மேலே ஒரு சால்வையை அணிந்திருந்தாள். வயதும் கனவில் தென்பட்டாற்போன்று வயோதிகமாக இல்லை. மீதித் தேநீரை குடித்தபின் குவளையை திருப்பியளித்தான். அன்பு சிறிது நேரம் கழித்து வருவதாக கூறிச் சென்றான். திரும்பி செல்லும் போது கோமளாவிடம் அப்படி நீ சொல்லியிருக்கத் தேவையில்லை என அதட்டினான். அவள் பதில் எதையும் கூறாமல் தன் வேலையைப் பார்க்கத் தொடங்கினாள்.

கோமளாவின் சொற்கள் நினைவில் தேங்கியிருந்த குப்பைகளுள் ஒன்றாகி அவனைத் தின்னத் தொடங்கியது. அப்பாவின் முகத்தைப் பார்த்தான். நீங்காதிருந்த புன்னகை கனவில் வந்த பளார் எனும் அறைக்கு நிகராக இருந்தது. அவருடைய கால்மாட்டில் கைகளை வைத்துக்கொண்டு தேம்பித் தேம்பி விசும்பினான். அவ்வீட்டில் அவர்கள் இருவரும் தனித்து விடப்பட்டிருந்தனர். வீடு முழுக்க கஜேந்திரனின் விசும்பல் மட்டுமே எதிரொலித்தது.

8

நேரம் ஒன்பதைக் கடந்திருந்தது. இரண்டு மணி நேரமாக அப்பாவுடன் தனித்திருந்ததைக் காட்டிலும் அந்த வீடு ஆறாண்டுகளுக்கு முன்பு திருடியதை மட்டுமே தன்னிடம் நினைவூட்டிக்கொண்டிருக்கிறது என்பதை எண்ணி வருந்தினான். சொந்தக்காரர்களுக்கு தகவல் சொல்லும் செயலை செய்ய மறந்ததை யோசித்தான். யாருடைய அழைப்பு எண்ணையும் அவன் வைத்துக்கொண்டிருக்கவில்லை. தன் தந்தையின் எழுதி வைக்கும் பழக்கமும் அதற்கென பிரத்யேகமாக அவர் வைத்திருக்கும் சிகப்பு நிற டைரியையும் நினைவுகொண்டான். ஆறாண்டுகளுக்கு முன்பு வாசற்கதவுக்கருகில் இருக்கும் ஸ்டூல் அடுக்கில் அது வைக்கப்பட்டிருக்கும். நினைவு கொடுத்த அடையாளத்தில் திரும்பி பார்த்தான். ஸ்டூல் அடுக்கு அங்கு இல்லை. வேறு எங்கேனும் வைத்திருக்கலாம் என முதல் படுக்கையறைக்கு சென்றான். சிறுவயதில் அங்கு வைக்கப்பட்டிருந்த இரண்டு கட்டில்களின் நினைவு எழுந்தது. ஒன்றில் கஜேந்திரனும் மற்றொன்றில் அப்பாவும் அம்மாவும் உறங்கும் காட்சி நிழலாய் நினைவில் தட்டியது. காய்ச்சல் கண்ட நாட்களில் அப்பா அருகில் வந்து அரவணைத்து ஆறுதல் தரும் இதத்தை நினைவில் உணர்ந்தான். அப்போது கிடைத்த அதே சூடு வீடு முழுக்க வியாபித்திருந்தது. வீட்டின் வாசல்படியைக் கடந்து ஓரடி எடுத்து வைத்தாலும் குளிர் எலும்பைத் தீண்டியது. வீட்டிற்குள் உணரும் அனலைப் புரிந்துகொள்ளமுடியாமல் ஸ்டூல் அடுக்கைத் தேடினான். முதல் அறை முழுக்க காலியாக இருந்தது. ஒரு கட்டில் ஹாலில் சாய்த்து வைக்கப்பட்டிருந்தது. ஐஸ் பெட்டிக்குள் வைப்பதற்கு முன்னர் அப்பா அதன் மீது உறங்கி—

யிருக்கலாம் என எண்ணினான். சுவரில் இருந்த அடுக்குகளில் ஆங்காங்கே அவனது பள்ளிக்கூட புத்தகங்கள் தென்பட்டன. கடந்த மூன்று மாத செய்தித்தாள்களின் அடுக்கு. ஒரு திருக்குறள் புத்தகம். அப்பாவிற்கு தேவையானதைத் தாண்டி அவ்வீட்டில் இருந்த தலையணைகள் அடுக்கி வைக்கப்பட்டிருந்தன. பின் அப்பாவின் பழைய டிரங்குப்பெட்டி ஒன்று இருந்தது. அதனுள் பழைய போட்டோ ஆல்பங்களை வைத்திருந்ததாக கஜேந்திரனுக்கு ஞாபகம். திறந்து பார்த்தான். அப்பா சமையல் கற்றுக்கொண்ட காலத்திலிருந்து அணிந்திருந்த கந்தலான ஆடைகள் சேகரிக்கப்பட்டிருந்தன. இரண்டொரு ஆடையை நகர்த்தியதில் சிகப்பு நிற டைரியைக் கண்டான். எடுத்துக்கொண்டு அப்பாவிற்கு அருகில் வந்தமர்ந்தான்.

முதல் பக்கத்தில் 2001 இல் வாங்கிய டைரி என்பதை நினைவூட்டும் சுயவிபரக்குறிப்பு. ஒவ்வொரு பக்கமாக புரட்ட அப்பாவிற்கு தெரிந்தவர்களின் அழைப்பு எண்கள் ஒவ்வொன்றாக தென்பட்டன. ஆனால் அவர்கள் அனைவரும் யார் யார் எனும் தகவல் கஜேந்திரனுக்கு தெரியவில்லை. சமையல் வழியாக கிடைத்த நண்பர்கள், அரசு பள்ளியில் கிடைத்த நண்பர்கள் என எதுவாக வேண்டுமானாலும் இருக்கலாம் என்றெண்ணினான். முக்கால்வாசிக்கும் மேலாக லேண்ட்லைன் எண்ணாக இருந்தது. ஒவ்வொருவருக்கும் அழைத்து தகவல் சொல்ல வேண்டுமா என யோசித்தான். நிச்சயமாக அனைவரும் வருவார்களா என சந்தேகித்தான். முக்கியஸ்தர்களாக இருக்கும் அப்பாவின் உடன்பிறந்தவர்களை அழைப்போம். அவர்களின் அறிவுரைக்கேற்ப பிறருக்கு அழைக்கலாம் என முடிவெடுத்தான். பக்கங்களைப் புரட்டினான்.

அப்பாவின் மூத்த அண்ணன் அறிவரசு. மார்த்தாண்டத்தின் அருகில் ஐரேனிபுரத்தில் சிறியதொரு அரசுப் பள்ளியில் சத்துணவு அமைப்பாளராக பணிபுரிந்து வருகிறார். இளைய அண்ணன் நடேசன் கன்னியாக்குமரியில் பெயிண்ட் கடை நடத்தி வருகிறார். அக்கா பொன்னி திருமணத்திற்கு பிறகு சென்னைக்கு சென்றுவிட்டார். யாருடைய அழைப்பு எண்ணையும் கஜேந்திரனால் அந்த சிகப்பு நிற டைரியிலிருந்து எடுக்க இயலவில்லை. தனியே எடுத்து வைத்துவிட்டு பக்கத்து அறையில் சென்று தேடினான். அது மற்றுமொரு படுக்கையறை. சிறுவயதில் மதிய நேர உறக்கத்திற்கு தரையிலேயே படுத்துப் புரண்ட நினைவுகள் எழுந்தன. அம்மா அப்பாவுடன் தாயக்கட்டைகள் ஆடிய இடமும் அதுதான். அம்மாவிற்கும் அப்பாவிற்கும் சண்டை மூளும் போதெல்லாம் கஜேந்திரனைத்

தனியே ஹாலில் விட்டுவிட்டு இந்த அறைக்குள் சென்று கத்திக் கூப்பாடுபோட்டு சண்டையிட்ட தினங்களும் கரும்புகையென நினைவுகளில் எழுந்தது. அறையைச் சுற்றிப்பார்த்தான். நிறைய மளிகைச் சாமான்கள் தேக்கி அடுக்கி வைக்கப்பட்டிருந்தன. பருப்பு வகைகளும், அரிசி வகைகளும் தனித்தனியே சேமித்து வைக்கப்பட்டிருந்தன. அதைக் கடந்து முந்தைய அறையைப் போன்று இந்த அறையும் வெறிச்சோடி காணபட்டது. சுவரின் மூலையில் கொக்கியில் அப்பாவின் நீல நிறச் சட்டை ஒன்று தொங்கிக்கொண்டிருந்தது. பின் அப்பாவிற்கென இருக்கும் அலமாரி ஒன்று இடம் மாறாமல் அங்கேயே நின்றுகொண்டிருந்தது. இதற்குள் இருக்க வாய்ப்புண்டு எனும் நினைப்பில் அனிச்சையாக திறந்தான். திறந்த மறுகணத்தில் நினைவில் பொறிதட்டினாற்போன்று ஆறாண்டுகளுக்கு முன்பு பத்தாயிரத்தை திருட இதே போன்று திறந்த செயலின் நினைவு அவனை இரண்டடி பின்னுக்குத் தள்ளியது. வெறுப்படைந்தான். தன் மீது அப்பியிருக்கும் திருடன் எனும் கறையை கழுவி எறிய விரும்பினான். கையோடு கொண்டு வந்திருக்கும் பத்தாயிரம் ரூபாயைக் கொண்டு கறையைக் கழுவ முடியுமா என யோசித்தான். ஆனால் கழுவியபின் இருக்கும் சுத்தத்தை யாரிடம் காண்பிக்க? யார் தன்னைத் திருடன் என நினைத்திருப்பார்கள்? அப்பா என்னைத் தன் கடைசி தருணங்களில் என்னவாக நினைத்திருப்பார்? பதிலற்று கிடக்கும் கேள்விகள் அவனைத் துன்புறுத்தின. அலமாரியின் ஒரு கதவு மெதுவாக திறந்தது. அப்பாவின் சட்டைகளும் வேட்டியும், கால்சராயும் அடுக்கி வைக்கப்பட்டிருந்தன. ஆசிரியப்பணியில் இருந்து ஓய்வு பெறும்போது பத்தாயிரம் ரூபாய் வைத்து கொடுக்கப்பட்ட கவரும் ஒரு வெள்ளித்தட்டும் அதே இடத்தில் இருந்தது. தான் அதைப் பார்த்து துன்பத்தை அனுபவிக்க வேண்டும் எனும் எண்ணத்தில் அப்பா அதே இடத்தில் வைத்திருக்கிறார் என வருந்தினான். அதன் அருகில் சின்னதான துருப்பு சீட்டு கிடந்தது. அதை மட்டும் எடுத்து வேகமாக எதிலிருந்தோ தப்பிப்பதுபோல் அலமாரியின் கதவை அடைத்தான். எதிர்பார்த்ததைப் போலவே அறிவரசு, நடேசன் மற்றும் பொன்னியின் அழைப்பு எண்கள் எழுதப்பட்டிருந்தன. கடைசியாக பிரேமலதாவின் எண்ணும் எழுதப்பட்டிருந்தது. கடைசி பெயரை வாசித்தவுடன் சின்னதான அருவருப்பு தோன்றி மறைந்தது.

முதலில் பெரியப்பா அறிவரசுவின் எண்ணிற்கு அழைத்தான். அவரது குரல் கம்பீரமாக இருந்தது. தன்னை அறிமுகம் செய்தும் அவரால் நினைவுகொள்ளமுடியவில்லை. உங்க தம்பி செல்வம்

எனும் சொல் அவருக்கு ஞாபகப்படுத்தியது. கேட்ட மறுநொடி குரல் கடுகடுப்பானது. யாரோ ஒருவரின் மரணச் செய்தியைக் கேட்பதுபோன்று குரல் நடுநிலைக்கு மாறியது. சற்று நேர அமைதிக்கு பின் அவர் பேசினார்.

"நான் இப்ப என்ன செய்யட்டும்?" , எனக் கேட்டார்.

அந்தக் கேள்வியின் அர்த்தம் புரியாமலும் அதற்கு எப்படி வினையாற்றுவது என்பது தெரியாமலும் விழித்தான். உதவிக்கு அருகில் இருப்பவரிடம் யோசனைகள் கேட்பது போல் ஐஸ்பெட்டியில் இருக்கும் அப்பாவைப் பார்த்தான். அதே புன்னகை தவழும் முகம்.

"ஒண்ணுமில்ல. தகவல் சொல்லத்தான் கூப்ட்டேன்" என்று சொல்லி அழைப்பைத் துண்டித்தான். அப்பாவின் மீதிருந்த பார்வை அகலவேயில்லை. கடந்தகாலத்திலிருந்து அம்மாவின் குரலை சுவர்கள் எதிரொலித்தன.

"அந்தாளுக்கு அவளோ சொத்து இருக்கு. அரசாங்க வேலை பாத்தாலும் நல்லா காசு பாக்கற மாதிரி ரியல் எஸ்டேட் பண்ணி குடும்பத்த நல்ல எடத்துல வச்சிருக்காரு. அவர் புள்ள கல்யாணத்துக்கு காச விட்டெறிஞ்சா நூறு சமையக்காரன் கெடைப்பான். ஆனா காச மிச்சம் பாக்கலாம்னு உங்களையே நைஸா சமையக்காரனா கூப்ட்ருக்காரு. அவரு பட்டு வேட்டி பட்டு சட்டைல புள்ளையோட கல்யாணத்துல உக்காந்திருப்பான். ஆனா மாப்பிள்ளையோட சித்தப்பா சமையலறைல கந்தலான வேட்டிய கட்டிக்கிட்டு கிண்டிக்கிட்டு இருப்ப. வெக்கமா இல்ல. நீ குடும்பத்த ஒசத்த வேணா. ஆனா குடும்பத்துக்குனு இருக்குற கௌரவத்த செதச்சீராத."

குரல் முனகலாக தன்னுள் குறைந்தது.

"எங்க போனாலும் சமையல்காரன் பொண்டாட்டினு என்னைய சொல்றது அசிங்கமா இருக்கு"

நினைவின் குரலிலிருந்து கவனத்தை திருப்ப நடேசன் பெரியப்பாவிற்கு அழைக்கத் தொடங்கினான். ஆதுரமான குரல். அப்பா குறித்த உடல்நிலைத் தகவலைக் கேட்டுப் பெற்றார். பின் தான் மும்பையில் ஒரு முக்கிய மீட்டிங்கிற்காக வந்திருக்கிறேன் என்றும் அதை தவிர்த்து விட்டு வருவது தொழிலுக்கு உகந்தது அல்ல என்றும் காரணம் காட்டினார். ஊருக்கு திரும்பும் போது நிச்சயம் கஜேந்திரனை சந்திப்பதாகவும் கடைசி காரியத்திற்கு ஏதேனும் பண உதவி வேண்டுமா என்றும் வினவி அழைப்பை முடித்தார். அவர்

கூறிய காரணங்கள் அனைத்தையும் கடந்து சோகமற்ற அவரது குரல் கஜேந்திரனை உறுத்தியது.

கடைசி நம்பிக்கையாக பொன்னி அத்தைக்கு அழைத்தான். மீத இருவரைப் போல் அத்தையும் புதிய எண்ணிலிருந்து அழைப்பு என்றவுடன் யாரென்ற தகவலைப் பெற்று பின் விஷயத்தை கேட்டுக்கொண்டாள். லேசான தடுமாற்றம் அத்தையின் குரலில் தென்படுவதை உணர்ந்தான். ஆனால் வர இயலாததன் உண்மையை நேரடியாகக் கூறினாள்.

“என்னால வர முடியாது கஜேந்திரா. கொரோனா நேரத்துல அவ்வளவுதூரம் வர்றது பயம்மா இருக்கு. அதவிட வர விருப்பம் இல்ல. எனக்கு ரெண்டு பொண்ணு. ரெண்டு பேரோட கல்யாணத்துலயும், அதுக்கு முன்னாடி சடங்குலயும் தாய் மாமன்னு ஒருத்தனும் வந்து நிக்கல. நின்னது எல்லாமே என்னோட அப்பா தான், அதாவது உன் தாத்தா. அதுக்கூட சடங்குக்கு மட்டும் தான் வர முடிஞ்சது. மொத பொண்ணு கல்யாணத்துக்கு வந்தாரு. ஆனா இளைய பொண்ணுக்கு பண்றதுக்கு முன்னாடி தவறிட்டாரு. தாத்தா தவறுனது உனக்கு தெரியும். திரும்பி சொல்லி உன்னை காயப்படுத்த விரும்பல. இதெல்லாம் ஏன் சொல்றேன்னா ஏதோ ஒரு வகைல என்னை அனாதையா பீல் பண்ண வச்சதுல உங்க அப்பா முக்கிய காரணமா இருக்காரு. இப்படி கண்டத மனசுல வச்சுக்கிட்டு என்னால அங்க வர முடியாது. மன்னிச்சிருப்பா”

மன்னிப்பின் போது அத்தையின் விசும்பல் கேட்டது. ஆனாலும் அதை கவனிக்காத வண்ணம் அப்பாவின் மீது ஏற்பட்ட களங்கத்தின் வடு இன்னமும் உயிர்ப்புடன் இருப்பதை நினைத்து வருந்தினான்.

செல்வத்தின் சொந்த ஊர் சேலத்தின் சூரமங்கலம். அவரது அப்பா நமச்சிவாயம் அரிசி மண்டி ஒன்றை நடத்தி வந்தார். எப்போதும் நட்டத்திற்கு வழியில்லாத குடும்பமாக அமைந்தது. கடைசி குழந்தையாக பிறந்த செல்வம் அந்த குடும்பத்தின் சிதைவிற்கு பெரும் தாக்கத்தை ஏற்படுத்தக்கூடியவராக அமைந்தார். பிற மூன்று குழந்தைகளை விட செல்வத்தை சுமக்கும்போது வள்ளி மிகுந்த சிரமத்திற்கு உள்ளானாள். அதீதமான களைப்பு அவளை விழுங்கியது. அவளைப் பார்த்துக்கொள்ளவென்று தனியாக ஆள் வைக்க வேண்டுமளவிற்கு நலிவடைந்தாள். பலநாட்கள் மண்டிக்கு செல்லாமல் மூத்த மகன் அறிவரசுவை மண்டியில் அமர வைத்துவிட்டு வீட்டிற்கு நமச்சிவாயம் வந்துவிடுவார். மனைவியுடனேயே இருப்பார்.

கருத்தரிக்கும்போது அவள் வயது முப்பத்தியெட்டு. அவளை கர்ப்பமாக்கி தான் தவறு செய்துவிட்டோமோ என செல்வம் பிறப்பதற்கு ஐந்து மாதம் முன்பிருந்தே மனைவியிடம் வருந்தினார். அவருடன் தொழிலுக்கு ஒத்தாசையாக இருப்பவர்கள் சில நாட்கள் கடுமையாகப் பேசினர்.

"என்ன நமச்சிவாயம் எப்பவும் வீட்டுலயே இருக்கியாமே? போன வாரம் நாப்பது மூட்டை வேணும்னு தாராபுரம் செட்டியார் கேட்ருக்காரு. அனுப்பவேயில்லையா? இப்படியே இருந்த புள்ள தான் பெருகும். வியாபாரம் பெருகாது"

அவர் சொன்னதுபோலவே வியாபாரம் குறைந்து போனது. பல வாடிக்கையாளர்கள் வேறு அரிசி மண்டிக்கு மாற்றலாயினர். செல்வம் பிறந்த போது வள்ளிக்கு இடது தொடையின் நரம்பு இழுத்துக்கொண்டது. மேலும் செல்வம் பிறந்தது முதல் இரத்தத்தில் அதிகமான சர்க்கரை அளவும் அவளை பலகீனமாக்கியது. அவன் பிறந்த மூன்றாவது மாதத்தில் படுத்த படுக்கையாகி இரண்டொரு நாளில் இறந்தாள். நமச்சிவாயம் மிகுந்த மனவேதனைக்கு உள்ளானார். ஊரார் செல்வம் பிறந்த நேரம் என வெளிப்படையாகச் சொல்லாமல் சபித்தனர். உடன் பிறந்தவர்கள் அப்படி நினைக்கக்கூடாது என அளவுக்கு அதிகமாக செல்லம் கொடுத்தார். அவ்வப்போது செல்வத்தைத் தூக்கி,

"நம்ம குடும்பத்தோட செல்வம் நீதான்யா" எனக் கொஞ்சுவார்.

அண்ணன்மார்கள் இருவருக்கும் ஊராரின் சொல் மனதில் பதிந்தது. செல்வத்தின் வளர்ச்சியில் அதிகம் ஒட்டவில்லை. வளர்ந்தும் அவனோடு அதிகம் விளையாடாமல் தள்ளியே இருந்தனர். செல்வம் பிறந்து நான்காண்டுகளில் நமச்சிவாயம் மீண்டும் அரிசி மண்டியை வளர்த்தெடுக்கும் பணிகளில் மும்முரமானார். அப்போது பொன்னியே செல்வத்தின் அடைக்கலம். வீட்டிலுள்ளவருக்கு சமைத்து தருவது பொன்னியின் அன்றாடமானது. பொன்னிக்கு தேவையான ஒத்தாசையை எப்போதும் செய்பவனாக செல்வம் மாறிப்போனான். அச்செயல் சில நாட்களில் தெருவோரிடத்தில், அவனையொத்த பையன்களிடத்தில் கேலிப்பொருளானது. அதைக் கேட்கும்போது வேதனையுறும் செல்வம் தனக்கான ஆறுதலையும் பொன்னியிடமே பெற்றுக்கொள்வான். சமையலை ஆண்கள் செய்வதில் தவறில்லை என்றும் அவர்களும் நிச்சயம் கற்றுக்கொள்ள வேண்டும் என்றும் வலியுறுத்துவாள். காலப்போக்கில் கேலிப்பேச்சுகள்

பழக்கமாயின. பொன்னியுடன் சேர்ந்து நிறைய சமையல் பண்டங்களைக் கற்றுக்கொண்டான். பொன்னி தெருத்தோழிகளுடன் பேசும்போதும் பழகும்போதும் அறியும் திண்பண்டங்களை வீட்டில் முயற்சி செய்து பார்ப்பாள். முயற்சி செய்யும்போது செல்வத்திற்கும் அதன் செய்முறையைக் கற்றுக்கொடுப்பாள். ஒவ்வொரு பலகாரமும் செல்வத்தின் மனதில் ஆழமாகப் பதிந்துபோனது.

பொன்னிக்கு திருமணமாகி அவள் வீட்டை விட்டு சென்றபோது சமையலுக்கான காரியம் ஆட்களற்று நின்றது. அப்பா ஊரில் யாரேனும் சமையலுக்கு ஆளெடுத்து வைத்துக்கொள்ளலாம் என முடிவெடுத்தபோது வெடுக்கென எழுந்த மூத்த அண்ணனின் சொற்கள் நமச்சிவாயத்தை கோபத்திற்குள்ளாக்கியது.

"செல்வம் பொன்னியோட தான எப்பவுமே இருந்தான். இனி அவனே சமைக்கட்டும். காசும் மிச்சம் ஆகும்."

அண்ணனின் துடுக்கான பேச்சு பிடிக்கவில்லை எனினும் வீட்டில் அன்று முதல் செல்வமே சமையல் என்றானது. நமச்சிவாயம் மட்டும் அந்த உணவை எப்போதும் தவிர்த்தார். வியாபாரத்தை மூத்த மகன் அறிவரசு கையிலெடுத்ததிலிருந்து வாக்குவாதங்களை முற்றவிடாமல் நமச்சிவாயம் இணங்கிப் போனார். வீட்டிற்குள் மௌனம் அவரது மொழியானது. செல்வத்தை தமிழ் படிக்க கல்லூரியில் சேர்த்தார். கல்லூரி முடியும் காலத்தில் தன் தந்தையிடம் தன் உணவை ஒருமுறை கூட ருசி பார்க்காததன் பின்புலத்தை அறிய நினைத்தார்.

"உனக்குள்ள நல்ல தெறம இருக்கு செல்வம். ஆனா சூழ்நிலை உன்னோட செயல்கள் எல்லாத்தையும் யாரோ ஒருத்தருக்கான சாபமா மாத்திருச்சு. நான் யாருக்கும் கொற வக்காம இருக்கேன்னு நெனைச்சிக்கிட்டு என்னையவே ஏமாத்திக்கிட்டு இருக்கேன். உனக்கு நான் வச்ச கொறயோட அளவு எல்லாருக்கும் செஞ்ச நல்லத விட ரொம்ப அதிகம். உன் கையாள ஒரு துளி உப்ப சாப்பிட மனசு கேக்க மாட்டேங்குது. உனக்கு கௌரவமான ஒரு வாழ்க்கைய நான் குடுக்கலையேனு பல நாள் வேதனைப்பட்டுகிட்டு இருக்கேன். கண்டிப்பா ஒரு நாள் சாப்பிடறேன் செல்வம். ஆனா வற்புறுத்தாத!"

கஜேந்திரன் எட்டாவது படிக்கும்போது அந்த ஒருநாளும் அமைந்தது. செல்வத்தை மீண்டும் தன் சொந்த வீட்டிற்கு அழைத்தார். சமைக்கச் சொன்னார். உடன் பிறந்தவர்கள் அனைவரும் அவர்களின் தொழில் என பிரிந்து சென்று அப்போது அந்த வீட்டில் செல்வமும் நமச்சிவாயமும் மட்டுமே இருந்தனர். நல்ல சுவையான ஒரு

படையலை வைத்தான். வயிறார உண்டு உறங்கினார். செல்வத்தின் மீது மற்றொரு சாபம் கவிழ்ந்தது. அதற்கு பிறகு செல்வம் சமைப்பதை முற்றிலுமாக கைவிட்டிருந்தார்.

9

பொன்னியின் இளைய மகள் நிவேதா கருவுற்றிருந்தாள். ஐந்தாம் மாதம் வளைகாப்பு முடிந்து பொன்னியின் வீட்டிற்கு வந்திருந்தாள். அலங்காரங்களும் வரவேற்புகளும் தெருவோர்களின் நலம் விசாரிப்புகளும் நடந்தன. களைப்பு மிகுதியில் ஒன்பது மணிக்கே படுத்துறங்கச் சென்றாள். செல்வதற்கு முன் அம்மாவின் அறிவுரை கடுமையாக அவளைச் சேர்ந்தது.

“ரொம்ப ஜாக்கிரதையா இருக்கணும். நைட் நேரம் யூரின் வந்தாக்கூட எழுப்பு. சும்மா நானே போய்ட்டு வந்துடறேன்னு இருக்கக்கூடாது.”

ஆமோதித்துவிட்டு உறங்கினர். இரவு ஒன்றரை மணியளவில் விசும்பல் சத்தத்தில் நிவேதா கண்விழித்தாள். மறுபுறம் பார்த்தவாக்கில் அம்மாவின் தோள் மெதுவாக குலுங்கியது. விசும்பல் அம்மாவிடமிருந்துதான் வருகிறது எனப்தை அறிந்தவுடன் அதிர்ந்தாள். உசுப்பி பதற்றத்துடன் விசாரித்தாள். விசும்பியதை எண்ணி மனம் வருந்தி செல்வம் மாமாவின் மரணச் செய்தியைக் கூறினாள்.

“மாசமா இருக்குற உங்கிட்ட சொல்லவேண்டான்னு எவ்வளவோ முயற்சி பண்னேன். ஆனா நிதானமா எனக்கு சொல்ல தெரியல நிவேதா”

நிவேதாவிற்கு செல்வத்துடன் அதிகம் பழக்கம் இல்லை. பள்ளிக்காலங்களில் கோடை விடுமுறைகளுக்கு கூட அதிகமாக அறிவரசு மாமா வீட்டிற்கோ அல்லது நடேசன் மாமா வீட்டிற்கோ

செல்வது வழக்கம். ஆனால் செல்வம் மாமாவை அதிகம் பார்த்ததாகக் கூட நினைவில் எழவில்லை. அம்மாவின் வருத்தம் ஆச்சர்யமாகவும் இருந்தது. அதிகம் ஒட்டுறவில் இல்லாத தம்பியின் மரணம் ஏன் பாதித்திருக்க வேண்டும் என சந்தேகித்தாள். ஆனால் அதிகம் பேச விரும்பாத பொன்னி உரையாடலை நிறுத்தி உறங்கச் சொன்னாள். அந்த இரவு முழுக்க பொன்னியால் உறங்க முடியவில்லை. தம்பியின் நினைவுகள் அலைமோதின. தம்பியின் வாழ்க்கையை தன் சுயநலத்துக்காக ஏமாற்றிவிட்டோமோ எனும் மனக்குமுறல் அவளை விழிப்புடன் வைத்தது.

விடியற்காலையில் பொன்னியுடன் நிவேதாவும் எழுந்துகொண்டாள். அம்மாவிடமிருந்து அறிய விரும்பும் விஷயங்கள் அவளது உறக்கத்தையும் களவாடியிருந்தது. இருவரும் தங்களை சுத்தமாக்கிக்கொண்டு காலை உணவு ஏற்பாடு செய்யத் தயாராகியிருந்தனர். சமையலறையில் நாற்காலியை இட்டு அம்மாவிற்கு உறுதுணையாக காய்கறி நறுக்கித் தருகிறேன் என்று அமர்ந்துகொண்டாள். பேச்சு சமையலிலிருந்து செல்வம் மாமாவின் பக்கம் திரும்பியது. அம்மா ஒவ்வொரு முறையும் அந்த உரையாடலை தடுக்கவே முற்பட்டாள். சின்ன வெங்காயத்தையும் பூண்டின் தோலையும் மெதுவாக உரித்துக்கொண்டிருந்த அம்மாவின் கைகள் தடுமாறின. கண்களில் எப்போது வேண்டுமானாலும் வெளியேறலாம் என காத்துக்கொண்டிருந்த கண்ணீர் நிவேதாவிற்கு அதிர்ச்சியை அளித்தது. எழுந்து வந்து அம்மாவை உலுக்கினாள்.

“ரொம்ப வருத்தமா இருந்தா அழுதுரு மா. ஆனா அடக்கியே வச்சிருக்காத. அப்படி என்னதான் உனக்கு செல்வம் மாமா மேல பாசமோ!”

மகளின் குரல் ஆறுதலாய் அமைந்தாலும் அது போதுமானதாக இல்லை. கேரட்டுகளைப் பொடிப்பொடியாக நறுக்கிக்கொண்டிருந்த நிவேதா அம்மாவிடமிருந்த காய்கறிகளை கேட்டுப்பெற்றாள்.

“எல்லாத்தையும் நானே பொறுமையா நறுக்கறேன். நீங்க மனசுல இருக்கறத எல்லாம் கொட்டுங்க. ரொம்ப கவலையா இருந்தா கெளம்பி போகலாமே. அப்பா வேண்டாம்னா சொல்லுவாரு!”

பொன்னியின் முகம் கடுகடுப்பானது.

“சத்தமா பேசாத நிவேதா. அப்பாக்கு எப்பவுமே கோபம் தான். நேத்து அவன் எறந்த விஷயத்த சொன்னப்பக்கூட ஒரு ஹும் தான் வந்துச்சு. அவர மீறி என்ன செய்ய முடியும்?”

“இதுல கூட அவர மீறி என்ன செய்ய முடியும்னு தான் யோசிப்பியா? தம்பி செத்திருக்காரு, இப்ப உன்ன பாக்கும்போது நீயும் மாமாவும் பாசமா இருந்திருப்பீங்களோனு தோணுது, அப்ப போகணுமின்னு தைரியமா கேட்டு போகலாமே?” என்றவாறு இடைமறித்தாள்.

“நிவேதா இப்பதான நீ மாசமா இருக்க. கொழந்த வளரும் போது கொஞ்சம் கொஞ்சமா உன்னோட குடும்பம் மாறும். உனக்கு முக்கியமானவங்கனு இருக்கற ஆளுங்க மாறுவாங்க. அப்படி அப்பாக்கும் எனக்கும் முக்கியம் நீயும் ஸ்வேதாவும் தான். உங்களுக்கு துணையா இல்ல எதிரா யார் நின்னாலும் இந்த குடும்பம் அவங்கள தூர வச்சிட்டு போயிடும். குறிப்பா உங்க கல்யாணத்துல தான் இந்த கோபமே ஆரம்பிச்சது.”

நிவேதாவிற்கும் தன் திருமணத்தின் நினைவுகள் எழுந்தன. நிச்சயம் அனைத்தும் முடிந்த நேரத்தில் தாத்தாவின் மரணம் சம்பவித்தது. அம்மாவின் இரண்டு மூத்த அண்ணங்களும் திருமணத்தை ஓராண்டு கழித்து வைத்துக்கொள்ளலாம் என முரண்பிடித்தனர். ஆனால் நிவேதாவின் அப்பா சுப்ரமணியன் தன் மகளுக்கு பார்த்த வரன் பெரிய இடம். எங்கு வரன் கைவிட்டு போய்விடுமோ எனும் பயத்தில் திருமணத்தை நடத்தியே தீருவேன் என ஒற்றைக் காலில் நின்றார். விஷயம் இரண்டு அண்ணன்களுக்கும் சென்றது. இருவரும் நிச்சயம் திருமணத்திற்கு வர மாட்டோம் என்று முடிவாய் கூறினர். தாய் மாமனின்றி நடக்கும் திருமணம் உங்களுக்கு வேண்டுமானால் ஏற்புடையதாய் இருக்கலாம் என சபித்தனர். அனைத்தையும் மீறி திருமணம் நடக்க முடிவானது. பொன்னி மட்டும் செல்வத்தை தேடிச் சென்றாள். அப்போதும் அவள் மனதில் எளிமையான செல்வத்தின் வீட்டை நினைவில் கொணர முடிந்தது. இரண்டு அண்ணன்களும் வரவில்லை எனும் கவலையிலும் எப்படியேனும் நீ தான் வந்து நடத்த வேண்டும் எனக் கேட்டுப்பார்த்தாள். செல்வத்தின் மனம் இளகியது. நிச்சயம் வருகிறேன் என வாக்களித்தான். தாய் மாமன் எனும் இடத்தில் செல்வத்தையே முன்னிறுத்தப்போகிறோம் என மறுவீட்டாரிடமும் அவனைப் பற்றி சொல்லியாயிற்று. தன் உடன்பிறந்தவர்களிலேயே தனக்கு மிகவும் பிடித்த செல்வம் இளைய மகளுக்கு திருமணத்தை முன்நின்று தாலியெடுத்துக் கொடுக்கபோகிறான் எனும் கனவில் இருந்தாள். ஆனால் திருமணத்தன்று செல்வம் வரவில்லை. அலைபேசியும் எடுக்கவில்லை. சேலத்தில் தனக்கு தெரிந்த ஆட்கள் மூலம் அவனுடைய வீட்டிற்கு சென்று பார்க்கச் சொன்னபோது வீடு பூட்டியிருந்தது என்பதை

அறிந்துகொண்டாள். மறுவீட்டார் சங்கடப்பட்டனர். உறவினர்கள் அற்ற வீட்டிலிருந்து பெண் எடுக்கிறோம் என குறைகூறினார். காலப்போக்கில் அவச்சொற்கள் காணாமல் போனாலும் பொன்னியின் மனதில் நீங்காத வடுவாகிப்போனது.

“கல்யாணத்தப்ப நடந்தத அவங்க வீட்லயே மறந்துட்டாங்க. அப்ப நீங்க எதிர்பார்க்குற உங்க அண்ணனுங்க வந்திருந்தாலும் பெருசா மாற்றம் நடந்திருக்கபோறதில்ல. அவங்க அவங்க வாழ்க்க. அவ்ளோதான்” என்று அம்மாவின் நினைவுகளை அர்த்தமற்றதாக்கினாள்.

“எனக்கு அவன் என்னைய பழி வாங்கிட்டானேன்னு கவலையா இருக்கு நிவேதா. அம்மா எறந்தப்ப நாலு ஆம்பிளைங்களுக்கு சமைக்கணும். அதுவும் ரெண்டு மொத அண்ணனும் தடிமாடு கணக்கா தின்னுவானுங்க. செஞ்சு செஞ்சு கையெல்லாம் நடுங்கும். உண்மையா நான் சாப்பிடப்போகும்போது கை அப்படி ஒலையும். அதனாலயே சாப்பிடறத நிறுத்தனதுல்லாம் இருக்கு. ஒத்தாசைக்கு ஆள்கேட்டப்ப அவங்களுக்கு அது புரில. அதுனாள் வரைக்கும் அம்மா செஞ்சாங்க அவங்களும் பொண்ணு தான் இப்ப நான் செய்யணும் இதுல எதுக்கு ஒத்தாசைனு கேட்டாங்க. ஒரு நாள் சண்டை பெருசாயிடுச்சு. அதுவும் அறிவரசுக்கு கல்யாணம் ஆகி அவன் பொஞ்சாதி கூட வந்தப்ப. அவன் பொஞ்சாதி எனக்கு ஒத்தாசையா சமச்சு கொட்டிட்டு இருக்க மாட்டேனு சொல்லிட்டா. அதோட நிறுத்திருக்கலாம். ஆனா நான் ரொம்ப வேலை வாங்கறேன் முட்டியெல்லாம் தேயுதுன்னு பெரிய குண்டா போட்டுட்டா. அண்ணனுக்கு சொல்லணுமா தாண்டவம் தான். நான் கொடுமைப்படுத்தறேன்னு தாம் தூம்னு குதிக்கான். விஷயம் உனக்கு தெரியாதே அவனுக்கு மட்டும் எனக்கு முன்னாடியே கல்யாணம் ஆயிடுச்சு. அது ஒரு கேவலமான கதை!”

நிவேதா குறும்புத்தனத்துடன் சிரித்தாள்.

“அப்பறம் தனிக்குடுத்தனம் போய்ட்டான் மாமனார் வீட்டோட. அதே மாதிரி ரெண்டாவது அண்ணனும். ஆனா இந்த செல்வம் இருக்கானே. நான் தான் சமைக்கப்போறேன்னு தெரிஞ்சவொடன கம்மியாசாப்பிட ஆரம்பிச்சான். கூட மாட ஒத்தாசையா இருந்தான். அவனுக்கு நான் சமையல சொல்லிக்கொடுக்க அந்த சின்னப்பய எனக்கு அவம் ஸ்கூல் பாடத்த சொல்லிக்குடுப்பான். எங்க வயசு வித்தியாசம் ஆறுக்கும் மேல. அப்ப புரிஞ்சிக்கல அவன் என்ன படிக்க சொல்றான்னு!”

படிப்பைப் பற்றிய விஷயத்தை சொன்னவுடன் மௌனித்தாள். மீண்டும் செல்வத்தின் நினைவு அழுகையைக் கொடுத்தது.

“அவன் எனக்கு நல்லத நெனச்சான். ஆனா நான் சுயநலத்துல அவன சமையகட்டுல அடச்சிட்டேன். அப்பா அடிக்கடி திட்டுவாரு அவன சமையகட்டுக்குள்ள கூட்டுப் போகாதன்னு. நான் வேண்டாம்னு சொன்னாலும் அவனா வருவான். சில நாள் அவனே செய்வான். எனக்கே தெரியாம நான் செய்யறத பாத்து அவனே செஞ்சி எடுத்துட்டுபோவான். ஆனா அப்பாக்கு மட்டும் எப்படியோ கரெக்டா தெரிஞ்சிரும் இந்த விஷயம் நான் செய்யல செல்வம் செஞ்சதுன்னு. துளிகூட சாப்பிடமாட்டாரு. அவன் என்கிட்ட வந்து தேம்பித் தேம்பி அழுவான்”

தலையைக் குனிந்துகொண்டாள். சமையலறையின் மீது வெறுப்பு சூழ்ந்தது.

“தெருக்காரங்க அவன ஒருமாதிரி நெனச்சிக்கிட்டாங்க. சமையல்ல கூடமாட இருக்கான்னு அவ்ளோ கேலிப்பேசுவாங்க. எனக்கு அழுகையா இருக்கும். ஆனா அத நெனச்சு அவன் கவல பட மாட்டான். ஒரு ஹோட்டல் வைக்கணும்னு அவனுக்கு ஆசை. ஹோட்டல விட கேட்டரிங். இப்பதான் அதெல்லாம் ரொம்ப பிரபலம். அப்ப அவனுக்கு அத சொல்லத் தெரியாது. பெரிய கூட்டத்துக்கு ருசியா செஞ்சி தரணும்னு சொல்லிக்கிட்டு திரிவான். அடுத்தவங்க தான் செஞ்சத சாப்பிடும்போது ஓரமா நின்னு ரகசியமா ரசிப்பான். அவன ரொம்ப கேலி பண்ணதால படிப்ப கொஞ்சம் தள்ளி சேத்துவிட்டோம். படிச்சான். ஆனா ஆசை சமையல்ல தான் இருந்துச்சு. கல்யாணமும் ஆச்சு. அவன் ஸம்ஸாரத்துக்கு அவன் ஆசையே பிடிக்கல. அவன் போராட்டம் வீட்ல ஆரம்பிச்சு, தெருக்காரங்களோட நடந்து, அப்பாகிட்டக்கூட நடந்து..”

அப்பா எனும் சொல் அவள் பேசுவதை நிறுத்தியது. நிவேதா புரிந்துகொண்டாள். கூற வந்ததை முழுமையாக சொல்லாமல் விழுங்கினாள்.

“எல்லாமே சுயநலம். சுயநலம் நிவேதா”

விசும்பல் அதிகமானது. சமையலறையில் அருவருப்பானவளாய் நின்றுகொண்டாள்.

“குடும்பமே சுயநலம் தான் மா. அங்கண போய் தியாகமெல்லாம் பாக்கக்கூடாது.”

பேச்சை மடைமாற்ற தன் விஷயத்தைப் பேசினாள்.

"என்னையும் தான் படிக்க வச்சீங்க. ஆசைப்பட்டு படிச்சேன். வேலைக்குப்போனேன். சுயம்மா நின்னேன். இன்னிக்கு கொழந்தைய காரணம் காட்டி மறுவீடு முழுக்க சேந்து என்னைய வேலைய விட வச்சிட்டாங்க. இது சுயநலமா? யாரோட சுயநலம்? கொஞ்ச நாளுக்கப்பறம் கொழந்த வந்தவொடன கொழந்தைக்காகனு என்னைய நானே ஏமாத்திப்பேன். என்னையே அறியாம அவன் மேல என் கனவுகள திணிப்பேன். பையனா பொறக்கணும்னு ஆசப்படறேன். ஒரு கனவ பாக்க வச்சி அத அவன் அடையனும். அவன் கல்யாணத்துக்கப்பறம் அவன் பொண்டாட்டியோட கனவ அடைய உதவுறவனா இருக்கணும். சுயநலம் நல்லது தான் மா. அத நீங்க எப்படி வச்சிக்குறீங்கனு தான் முக்கியம்"

நிவேதாவின் குரல் வருத்தத்திற்கு மாறியது. செல்வத்தின் பேச்சிலிருந்து முழுதாக தன்னுடைய வாழ்க்கைக்கு நினைவுகளை மாற்றியிருந்தாள். கர்ப்பம் தரித்த நாள்முதல் நிகழ்ந்த அத்தனை விஷயங்களும் மனதுள் ஓடின. எட்டாம் மாதம் முதல் பேறு கால விடுப்பை எடுக்கலாம் எனும் முடிவில் இருந்தாள். அதை தன் கணவனுடன் பேசி முடிவெடுக்கத் தொடங்கும்போது தான் வேலையை விடுவதற்கான அவரது எண்ணம் அவளுக்கு புலப்பட்டது. தினமும் வாக்குவாதங்கள் முளைத்தன. மாமியாரும் கணவனும் இணைந்து அனுதினமும் வேலைக்கு சென்று குழந்தைகளை கவனிக்க இயலாமல் போன மனைவிமார்களின் கதைகளைக் காட்டினார். வளைகாப்பிற்கு இரண்டு வாரங்கள் முன்பு பணியிலிருந்து முழுதுமாக வெளி வந்திருந்தாள். கைகள் காய்கறிகளை நறுக்குவதை நிறுத்தியிருந்தன. நினைவிலிருந்து முழுதும் மீண்டவளாக அம்மாவைப் பார்த்தாள்.

"எனக்கு இன்னமும் சண்டை போட்டு வேலைக்கு போய்த்தான் தீருவேன்னு சொல்ல ரெண்டு நிமிஷம் ஆகியிருக்காது. அதுல உன் மானமும் அப்பாவோட கௌரவமும் தான் அடங்கியிருக்கு. எனக்கு நீங்க எல்லாரும் தான் குடும்பம். நான் வேலைய விட்டதுக்கு ஒரு வகைல நீங்களும் தான் காரணம். இப்படியெல்லாம் பேசறாங்கன்னு சொல்லும்போது நீங்க வந்து சண்டை போட்டு என் பொண்ணு கண்டிப்பா வேலைக்குபோவான்னு சொல்லியிருக்கணும். செய்யல. அப்ப செல்வம் மாமா வாழ்க்கைய மட்டும் அழிச்சீங்கன்னு ஏன் சொல்றீங்க?"

பொன்னி அதிர்ச்சியடைந்தாள். நிவேதா மேலும் தொடர்ந்தாள்.

“சமையக்கட்டுல அவங்களுக்கும் தான் வேலை இருக்கு. பசி யாருக்கெல்லாம் இருக்கோ அவங்க எல்லாருக்குமே இங்க வேலை இருக்கு” என்று சொல்லி சமையலறையைச் சுட்டினாள்.

“செல்வம் மாமாக்கு சமையல சொல்லிக்குடுத்தது தப்பில்ல. ஆனா ஆம்பிளைக சமைக்கறது தப்பிலன்னு அதிகமா அத்தைக்கு புரிய வைக்காம போனதுதான் தப்பு. குடும்ப கௌரவம் அடுத்தவன் பாக்கறதுல மட்டும் இல்ல. நாம அடுத்தவங்கிட்ட எப்படி நம்மள காட்ரோங்கறதுலயும் அடங்கியிருக்கு”

மிகுந்த மனச்சோர்வுடன் நினைத்ததை பிரச்சாரமாக பேசிவிட்டு எழுந்துகொண்டாள். அம்மாவை மட்டும் சமையலறையில் தனித்து விட்டுவிட்டு மீண்டும் அறைக்குள் சென்றாள். இருவரின் காதுகளிலும் சுயநலம் எனும் சொல் மட்டும் ஒலித்துக் கொண்டிருந்தது. பொன்னிக்கு சமையலறை கருஞ்சிறையாக கற்பனையில் முளைவிட்டுக்கொண்டிருந்தது. அதனூடே செல்வத்தின் பால்ய முகம் மட்டும் நினைவில் மலர்ந்தது.

10

"**சா**ரி கஜா. நாள் முழுக்க ஹாஸ்பிட்டல்ல இருந்தேன். இன்னிக்கு அண்ணியோட பிரசவம். உன் விஷயத்த ஆபீஸ்ல சொன்னாங்க."

என்றவாறு ஆறுதலளிக்க ஆரம்பித்தாள் வைஷ்ணவி. அதிகம் பேசாமல் மௌனமாகவே இருந்தான். அவனுக்கான நம்பிக்கையாக அப்போது வைஷ்ணவியை மட்டுமே உணர்ந்தான். அழைப்பை முடித்து கொல்லையிலிருந்து மீண்டும் உள்ளே வரும்போது சமையலறையின் மேஜையில் இருந்த பாத்திரத்தையும் அச்சிறு அறையில் பரவியிருந்த நெய்யின் மணத்தையும் கவனித்தான். திறந்து பார்த்தவுடன் நெய் மணக்கும் மைசூர்பாகு சிறிய முகமலர்ச்சியை அளித்தது. சம்மந்தமில்லாமல் அம்மாவிற்கும் அப்பாவிற்கும் ஏற்பட்ட சண்டையில் அம்மா கூறிய சொற்கள் அவனுள் எழுந்தது.

"உன்னை இனி கிச்சனுக்குள்ள வுட முடியாது. சோத்துல வெஷம் வச்சிட்டா?"

ஒன்றை எடுத்து வாயில் இட்டுக்கொண்டான். மீண்டும் அப்பாவுக்கருகில் வரும் போது மைசூர்பாகின் சுவையைப் பாராட்டினான்.

"நான் கடைல மைசூர்பாக்கு சாப்பிடும்போதெல்லாம் உன்னோடத தான் நெனச்சிப்பேன். வாய்ல போட்டவுடன கரையற அந்த மந்திரம் உன்கிட்டதான் இருக்கு"

வைஷ்ணவியிடமிருந்து குறுந்தகவல் வந்தது. களைப்பாக இருப்பதால் உறங்குவதாக எழுதியிருந்தாள். பதிலளித்துவிட்டு

அப்பாவைப் பார்த்தான். யாரிடம் பேசிக்கொண்டிருக்கிறாய் என்று அவர் கேட்பதாக கற்பனையில் நினைத்துக்கொண்டான்.

“சென்னைல என்னை மாதிரியே இருந்த ஒருத்தி. எனக்கு கெடச்ச நல்ல ஒரு பிரண்டு. பல நேரங்கள்ள நீ என் கூட இருந்திருக்கணும்னு நான் நெனச்சிருக்கேன். அது ஒரு தடவ கூட நடக்கல. அப்பல்லாம் அவ தான் எனக்கு ஆறுதல்.”

பேசிவிட்டு மௌனமானான். நினைவுகள் வைஷ்ணவியின் மீது நின்றன.

“என்னைய கைவிட்டீங்கள்ல அதே மாதிரி ஒரு குடும்பத்தால கைவிடப்பட்டவ தான் வைஷ்ணவி. அந்த அலுவலகத்துக்கு வேலைக்கு போன ரெண்டாவது நாளே அவளப் பாத்தேன். பதினொரு மணிக்கு பாண்டுரெங்கன்னு ஒருத்தர் டீ கொண்டு வருவாரு. சைக்கிள் பெல் கேட்டு டெலிவரில இருக்கறவங்க கீழ வந்து பேசிக்கிட்டே டீ குடிப்போம். வைஷ்ணவி ஆபீஸ்லருந்தும் வருவாங்க. சேல்ஸ்ல இருக்கறவங்களுக்கு மேலயே டீ போயிடும்.”

நினைவுகள் இடம் மாறின. கோபம் கொண்டான். தேநீர் குறித்த செய்திகள் அலுவலகத்தில் நிகழ்ந்த பிரச்சினை குறித்து சிந்திக்க வைத்தது.

“ஏன் டெலிவரி ஆளுங்களுக்கும் டீ மேலயே குடுக்கலாமில்ல கொறஞ்சா போயிடுவாங்க. பழக்க தோஷம். விடமாட்டானுங்க! ஒண்ணா குடிக்கறதா? ஆப்டரால் ஒரு டெலிவரி ஆள் கூட? யாரையாவது அடிமை மாதிரி ஒரு அமைப்போட கீழயே வச்சிகணும்னு பேராசை.”

நக்கலாக சிரித்தான். பின் நகைச்சுவை கோரும் மகிழ்ச்சியான முகபாவனையில் பெட்டியில் இருக்கும் அப்பாவிடம் கண்ணடித்துக்கூறினான்.

“சில நாள் என்ன பண்ணுவேன் தெரியுமா, வேணுமினே டீ எடுத்துக்கிட்டு மேலப்போய் குடிப்பேன். கால்காசுக்கு பிரயோஜனம் இல்லாத வேலை. ஆனாலும் சின்ன குறுகுறுப்பு. ஆனா வைஷ்ணவி சொல்லுவா இந்த மாதிரி சில்லறை விஷயங்கள்ள நீ யாரையும் மாத்திர முடியாது. மனசு மாறணும். உனக்குனு மரியாதை வரணும். அதுக்கு நீ படிக்கணும். எனக்கு டெலிவரினு சிக்கல்னா அவளுக்கு பொண்ணா இருக்கறதே சிக்கல் தான். படிப்ப விட்டத நெனச்சு நான் பீல் பண்ணதே வைஷ்ணவி கூட பேச ஆரம்பிச்ச பெறகு தான்.”

கால்களை மடக்கி கைகளால் முட்டியைக் கட்டிக்கொண்டான்.

"டீ குடிக்கறப்பவும் மத்தியானம் சாப்பிடறப்பவும் தான் அவள பாக்க முடியும். எப்பவும் போல ரெண்டு கம்பெனி ஆளுங்களும் டீ குடிக்கும்போது யதேச்சையா வந்த கேலிப்பேச்சுல தான் நான் அவக்கூட பேச ஆரம்பிச்சேன். நாள்பட நாள்பட நானும் அவளும் மட்டும் டீ குடிச்சோம். லஞ்ச் சாபிட்டோம். எளிமையான பொண்ணு. எப்பவும் கலர் மங்குன சுடிதார் தான் போடுவா. ஒரு பொட்டு தங்கம் கூட அவகிட்ட கெடையாது. எனக்கு அவள பிடிச்சதுக்கு அவ மட்டும் காரணம் இல்ல. அவங்க அப்பாவும் ஒரு காரணம்"

ஆர்வத்துடன் அப்பாவின் முகத்தருக்கில் சாய்ந்துக்கொண்டு பேசினான்.

"அவங்கப்பா உன்னோட நேரெதிர். அம்மாவ போட்டு அடி பொளப்பாராம். எதிர்த்து அம்மாவால ஒரு சொல் சொல்ல முடியாதாம். தப்பு தான். ஆனாலும் அந்த தைரியம், உன்கிட்ட பார்க்காத தைரியம் எனக்கு பிடிச்சிருந்தது. வைஷ்ணவிக்கு பயம். காலம் மாற மாற எங்க தன் மேல அடி விழுமோன்னு. வேலை தேடி இந்த வேலைய எடுத்துக்கிட்டு சென்னைக்கு வந்துட்டா. அதுக்கு அப்பறம் அவ ஊர் பக்கம் போறதே இல்ல."

அப்பாவின் முகத்திற்கு இணைக்கோடாய் சுவரில் சாய்ந்து அமர்ந்துகொண்டான் .

"நான் உன்ன பத்தி அதிகமா பேசுனதும் அவக்கிட்ட தான். எனக்கு உன்ன பிடிக்கும்பா. ஆனா உங்களுக்குள்ள இருக்குற இயலாமை, அதுனால எனக்குள்ள வர்ற கோபம் இதெல்லாம் உன்மேல இருக்குற பாசத்த விட ஒரு படி மேல வந்து நிக்குது. எனக்கு உன்ன எவ்ளோ பிடிக்கும்னா உன்னைபத்தி சொன்னத கேட்டு வைஷ்ணவி பதிலுக்கு சொன்னத நீ கேட்டா தெரிஞ்சுக்குவ. அவ சொன்னா பொதுவா பெண் பிள்ளைங்க கட்டிக்கபோறவங்க கிட்ட அப்பா மாதிரியான குணங்கள் இருக்கானு தேடுவாங்க. எனக்கு தெரிஞ்சு நீ மட்டும் தான் கல்யாணம் பண்ணிக்குற பொண்ணுகிட்ட உங்க அப்பா மாதிரி குணங்கள் இருக்கானு தேடுவ!"

அப்போதும் உரையாடல் நடந்தபோது சிரித்ததைப் போன்றே சிரித்தான். முகம் வெகு சீக்கிரத்தில் வாடியது.

"அவளுக்கும் அவங்க அப்பாக்கும் இருந்த பிணக்கு சீக்கிரமே மாறிச்சு. வைஷ்ணவிய தேடி அவங்க அப்பா வந்தாரு. மன்னிப்பு

கேட்டாரு. மறுபடியும் குடும்பம் ஒண்ணாச்சு. இயற்கையும் அது குடுக்குற பயமும் எல்லா உறவுகளையும் இணைச்சிடும். எனக்கு அது நடக்கல. அதுலயும் குறிப்பா வெள்ளம் வந்துச்சே, ஞாபகம் இருக்கா? அப்ப நான் அவளோ பயந்தேன். நைட் என்னால தூங்க முடியல."

அமைதியானான். பின் மீண்டும் தொடர்ந்தான்.

"சென்னைக்கு போன ஒடன நான் நந்தகம்பாக்கத்துல தான் ரூம் எடுத்து தங்குனேன். ரொம்ப சின்ன ரூம். பைக் பார்க் பண்ற எடத்துக்கு பக்கத்துல இருக்கும். ஆஸ்பெஸ்டாஸ் கூரை. வெக்கையா கெடக்கும். அங்கருந்து வேற ரூம் கேட்டு கேட்டு ஒரு வருஷம் கழிச்சு கெடச்சுச்சு. அங்க இருந்தப்ப தான் வெள்ளம். செம்பரம்பாக்கம் ஏரி தொறந்துவிட்டாங்கனு பேசிக்கறாங்க. ஆனா கண்ணால பாக்கற அந்த பேய் மழையே அவளோ பயத்த குடுத்துச்சு. எத்தன தடவ இந்த வீட்ல நான் மழைல சிரிச்சு நனைஞ்சிருப்பேன். ஆனா எனக்கு முதல் தடவையா ஒரு மழைய பாத்து பயம்மா இருந்துச்சு.

உடனே ஊருக்கு போலாம்னு நெனச்சேன். ஆனா ரெண்டு வருஷமா என்கூடயே இருந்த என் நண்பன் வீட்டுக்கு வரல. காலைல அவன் வந்தவொடன கெளம்பலாம்னு இருந்தேன். அன்னிக்கு கண்டிப்பா உன்கிட்ட தான் வந்திருப்பேன். திரும்ப எங்கயும் போகாம உன்கூடயே இருந்திடலாம்னு நெனைக்குற அளவு மழை பயம் காட்டிருச்சு. ஆனா அந்த நைட் யாராலயும் தூங்க முடியல. ஏழு மணிக்கெல்லாம் பவர் கட். ரெண்டு ரூம்காரங்க ஒண்ணா ஒக்காந்துகிட்டு கதை பேசிக்கிட்டு இருந்தோம். முன்னாடி நாளே சாப்பாடு கஷ்டமா போயிடுச்சு. கெடைக்கல. எப்பவும் கணக்கு வச்சு சாப்பிடுற கடைல கூட காசிருந்தா சாப்பாடுனு சொல்லிட்டாங்க. பிஸ்கட் கூட கெடைக்கல. எல்லாத்தையும் குடும்பஸ்தங்க வாங்கிட்டு போய்ட்டாங்க"

ஐஸ் பெட்டியுள் இருக்கும் அப்பாவின் முகத்தை பக்கவாட்டிலிருந்து பார்த்தவாறு அமர்ந்துகொண்டான்.

"அவளோ பசிப்பா. அங்க பக்கத்துல இருக்குற ஒவ்வொரு வீட்டையா ரெய்டு விட்டா குடும்பத்துக்கு குடும்பத்துக்குனு பதுக்கி வச்ச பிஸ்கட், பிரட்டு ஒரு டன் கணக்குலயாவது இருக்கும். நாங்க மழைல கடை கடையா அலையுறோம். ஒண்ணு கூட இல்ல. திரும்பவும் வந்து ரூம்ல மொடங்கிட்டோம். அங்க இருந்த ஒரு ஊமையன், அந்த பி.ஜியோட சமையல்காரன் எங்கருந்தோ வாங்கி வந்து வார்டன்

வழியா ஒரு அஞ்சு சாப்பாட்டு பொட்டலத்த குடுத்திருந்தான். தெய்வமா நெனச்சுக்கிட்டு வெடுகுக்குனு வாங்கி சாப்டு காலி பண்ணிட்டோம். பயங்கர இருட்டு. காலைல ஊமையனுக்கு தேங்க்ஸ் சொல்லிக்கலாம்னு நெனச்சிட்டு தூங்கிட்டோம்"

"ஆனா தூங்க முடிஞ்சதுனு நெனைக்குற. ஒரே கத்தல். பக்கத்துல இருக்குற ஐ.டி.பி.எல் ஏரியா முழுக்க தண்ணி. அங்க இருக்கறவங்க காப்பாத்துங்க காப்பாத்துங்கனு கத்தறாங்க. முன்னாடி நாளே மீனவ படகுல வந்து பாத்தாங்க. ஆனா வெளிச்சமில்லனு திரும்ப போய்ட்டாங்க. நைட் முழுக்க தூங்க முடியாம அந்த கொரல்கள கேட்டுகிட்டே இருந்தேன். ஒரு வேளை அங்க நான் மாட்டிருந்து இதே மாதிரி கத்திக்கிட்டு இருந்தாக்கூட என் குரல் உனக்கு கேட்டிருக்காதுல்ல?"

அழத் துவங்கினான்.

"எத்தன எடத்துல என்னைய அனாதையா நெனைக்க வச்சிருக்க தெரியுமா? யாராவது ஒருவரி ஆறுதல் சொல்லமாட்டாங்களானு ஏங்கியிருக்கேன். வேலைல என்னைய அவமானப்படுத்துறாங்கனு அழக்கூட தொணையா நீ இல்ல. உன் பார்வைல வீட்ட விட்டுட்டு போனது தப்பு தான். ஆனா நீயும் ஏன் என்னைய கைவிட்ட?"

ஆவேசமாக எழுந்துகொண்டான். சுவாரசியமாக சொல்லிக்கொண்டு வந்த வெள்ளக்கதை காணாமல்போனது. அப்பாவின் கண்களை நேருக்கு நேராகப் பார்த்தான். அந்த புன்னகை அப்போதும் உறுத்தலாயிருந்தது.

"ஆனா நான் விடல. உன்னைத் தேடி வந்தேன். அன்னிக்கு வீடுகள்லருந்து வந்த அழுகுரல் கேக்கும்போதெல்லாம் உன் நெனப்பு அதிகமா இருந்துச்சு. ஆனாலும் கூட இருந்த நண்பனக் காணுமேன்னு பதபதைப்பு. அவன் மக்கள் கத்திக்கிட்டு இருந்த பகுதிக்கு அப்பால இருந்தான். விடியற வரைக்கும் காத்திருந்தேன். விடிஞ்ச ஒடன அவனுக்காக ஓடுனேன். பேரிகேட் போட்டு மக்கள தடுத்து வச்சிருந்தாங்க. அங்க இருந்த சின்ன பாலத்து மேல ஒரு லாரி. அதுக்கு மேல செம்பரம்பாக்கத்துல தொறந்துவிட்ட தண்ணி போய்கிட்டு இருந்துச்சு. அது வடிஞ்சா தான் அந்தப்பக்கம் போக முடியும். கொஞ்சம் கொஞ்சமா கொறஞ்சது. எதுவும் சாப்பிடாம காத்திருந்தேன்."

"காப்பாத்தற ஆளுங்க அரசாங்கத்துலருந்து வந்தாங்க. கிடுகிடுன்னு தண்ணில மூழ்குன வீடுகள்லருந்து ஆட்கள வெளிய கூட்டிட்டு

வந்தாங்க. அவங்கள பாக்கும்போது ஏற்பட்ட பரிதாபம் ஒடனே காணாமப்போச்சு. ஒவ்வொருத்தர் கைலயும் அவளோ வெயிட்டான பொருட்களோட வந்திருக்காங்க. அவங்களுக்கு முக்கியம்னு படற விசியங்க எல்லாத்தையும் எடுத்துக்கிட்டு வந்துருந்தாங்க. சிலபேரு தண்ணிக்குள்ளயே இருந்துட்டு தங்களுக்கு தேவையானத தேடிக்கிட்டு இருந்ததாங்கன்னும் அவங்கள கட்டாயப்படுத்தி கூட்டிட்டு வந்துருக்காங்கனும் அந்த கூட்டத்துல பேசிக்கிட்டாங்க. எது அவங்கள ரொம்ப சில்லறையா நடந்துக்க வச்சிது? நீ அங்க இருந்தா இத எடுத்துக்கிட்டு வந்திருப்ப? எனக்கு பதில் தெரில. முன்னாடி நாள் நைட் இவங்களோட குரலுக்கு பரிதாபப் பட்டத நெனச்சு கவலப்பட்டேன்”

“பிரண்டுக்காக தண்ணி கொறஞ்சவுடன பாலத்துக்கு அந்தப்பக்கம் போனேன். நடவுல ஒரு கயிறு கட்டி வச்சிருந்தாங்க. அதப் பிடிச்ச மாதிரி நடந்தேன். ஹெலிகாப்டர்ல பக்கத்துல இருந்த ராமாபுரம் மக்களுக்கு சாப்பாடு பொட்டலம் போட்டுக்கிட்டு இருந்தத பாக்க முடிஞ்சது. சின்ன பசங்களுக்கு அந்த இடம் புது வெளையாட்டா போயிருச்சு. அங்க இப்படி எறந்துட்டாங்க இங்க இப்படி எறந்துட்டாங்கன்னு புரளியும் கேட்டுச்சு. நண்பன நெனச்சு அடக்க முடியாத பயம். பாலத்துக்கு அந்தப்பக்கம் போனவொடன என்னைய கூட்டத்துல அடையாளம் பாத்துட்டு அவனே வந்தான். ஒரு ஹோட்டல்ல நைட் முழுக்க இருந்திருக்கான். பாவம்.”

பேசுவதை நிறுத்தி அவமானத்தை வெளிப்படுத்துவதுபோல் தலை குனிந்துகொண்டான்.

“அவனை பாத்ததுக்கு அப்பறம் தான் எனக்கான பெரிய அவமானம் காத்துகிட்டு இருந்துச்சு. எப்படியாவது தன்னோட நலத்த வீட்டுக்கு சொல்லனும்னு ஆசப்பட்டான். நடந்தே பட் ரோடு வரைக்கும் போய் பாத்தோம். எங்கயும் சிக்னல் கெடைக்கல. ஆனா கத்திபாரா பாலத்துக்கு கீழ ரெண்டு பொண்ணுங்க போன் பேசிக்கிட்டு இருந்தாங்க. அவங்க கிட்ட போனதுல பி.எஸ்.என்.எல் மட்டும் டவர் கெடைக்குதுனு கேள்விப்பட்டோம். எங்ககிட்ட அது இல்ல அவங்களோட போன்லயே அவனோட வீட்டுக்கு தகவல் சொன்னான். அவங்க அம்மாகிட்ட அவளோ பதற்றம். பயம். புள்ள உயிரோட இருக்கான். எதுவும் ஆகலைனு தெரிஞ்சவொடன அவங்க கொரல்ல தெரிஞ்ச சந்தோஷம். போனுக்கு வெளிய சன்னமா கேட்டதுலயே நான் இவ்ளோ சொல்றேன். ஆனா எனக்கு? நான் உயிரோட இருக்குறேன்ற தகவல் யாருக்கு முக்கியம்?”

சிறிது நேரம் மௌனித்தான்.

“நீ என்னைய நிக்க வச்சு கேள்வி கேட்டா ஏன் வீட்ட விட்டு வெளியப்போன உனக்கு என்ன கொற வச்சன்னு கேப்பியா? அவ்ளோதான்! ஆனா வெளிய போனவொடன மகனே இல்லைனு என்னைய பல எடங்கள்ல தவிக்க விட்டியே ஒவ்வொன்னையும் கேள்வி கேட்டா உன் நெலமைய நெனச்சுபாரு. இது எல்லாத்தையும் மீறி நான் உன்னைத் தேடி வந்தேன். வெள்ளம் வடிஞ்ச மறுநாளே நானும் என நண்பனும் வண்டிலயே கெளம்பி வந்தோம். அவனுக்கு மேட்டூர். சேலத்துல நான் விட்டுடறேன்னு சொன்னவொடன கூட வந்தான். வழியெல்லாம் மழை. மேல்மருவத்தூர் கிட்ட எல்லாம் பாலத்துக்கு அடில மண்ணு கலந்த தண்ணீல பனை மர ஓலைக்கொத்து எல்லாம் போகுது. அப்ப எனக்கிருந்த பயம் அதுக்கப்பறம் என்னிக்கும் இல்லாம போயிருச்சு.”

மெதுவான குரலில் பேசினான்.

“வந்தப்ப வீடு பூட்டியிருந்துச்சு. உன் ஸ்கூல் கிட்ட போ—யிருப்பியானு அங்கயும், வாக்கிங் போயிருப்பியானு நகர் புல்லாவும் தேடுனேன். இல்ல. கடைசியா ஒரு சந்தேகத்துல அம்மாவ பாக்க போயிருப்பியானு கொண்டலாம்பட்டிக்கு வந்தேன். தற்செயல் தான். ஆனா உன்னைய பாத்துட்டேன். அவுக அண்ணன் வீட்டு வாசல்ல நீ கெஞ்சிக்கிட்டு இருந்த. என்ன கெஞ்சுன எதுக்காக கெஞ்சுனனு எனக்கு தெரியல. ஆனா அம்மா உன்னைக் காரித்துப்பிட்டு பளார்னு ஒரு அறை விட்டாங்க. என்னைய மாதிரியே தெருல இருந்தவங்க உன்னைய பாத்துக்கிட்டே இருந்தாங்க”

விசும்பினான். கைகளை தலையணையாக வைத்து அப்பாவிற்கு இணைகோடாக தரையில் படுத்தான். கண்கள் உறக்கத்தில் செருகின.

“கெஞ்சுன பிறகு கூட நீ வரும்போது உன்னைய பாத்திருப்பேன். ஆனா அறை வாங்குன பிறகு உன்னை பாக்கறது சரியா படல. என்னைய பாத்துட்டா உனக்கு இன்னமும் அவமானமா போகுமேனு....”

பேச்சின் ஊடே தூங்கிப்போனான்.

11

இரவு உணவை முடித்துவிட்டு வெற்றியும் மணிகண்டனும் உறங்கிக்கொண்டிருந்தனர். அன்புவும் கோமளாவும் உறக்கமின்றி கொல்லைப்புறத்தில் அமர்ந்திருந்தனர். அன்பு இடவலமாக லாந்திக்கொண்டிருந்தான். நெடு நேரமாக தெருவிலேயே உன்னைக் காணவில்லையே என விசாரித்தாள்.

வீட்டினுள்ளேயே அடைந்துகிடக்கும் இந்த பெண்ணிற்கு தான் எத்தனை கண்கள் என தனக்குள் விசனப்பட்டான்.

“ஒருத்தங்கள பாக்க போயிருந்தேன்.” என்று கூறி சற்று குரலில் தடுமாறினான். மேலும் தொடர்ந்தான். “செல்வத்தோட சம்சாரத்த பாத்தேன். பாவம்! அண்ணங்கோடயும் இல்ல. தனியா அவங்களே ஒரு ஹோம்ல தன்னை சேத்துகிட்டு இருக்காங்க”

கோமளாவும் கவலைகொண்டாள். செல்வம் இறந்ததைக் காட்டிலும் தொடக்கத்திலிருந்தே அவர் மனைவி மீது காட்டும் பரிவு அன்புவிற்கு ஆச்சரியத்தை அளித்தது.

“பாவந்தான்! நாம என பண்ணாலும் நமக்குனு இருக்குற வீடு தான் நம்மள சேத்திக்கும். ஆனா அத மீறி, அத விட்டுட்டு வெளிய மட்டும் போயிடக்கூடாது. அதுக்கப்பறம் உங்களுக்குனு ஒரு வீடு எங்கயும் கெடைக்காது”

சிறிது நேரம் மௌனம் காத்தாள். பின் மீண்டும் தொடர்ந்தாள்.

“அண்ணனா இருந்தாலும் எத்தன நாள் வச்சுக்க முடியும்? வேலையெல்லாம் செஞ்சு ஒத்தாசையா இருந்தாலும் தன்னோட

வீட்டுக்குள்ள யாரோ ஒருத்தர் இருக்காங்கங்கற எண்ணம் இருந்துகிட்டே தான் இருக்கும். கூட்டுக் குடும்பமா இருந்திருந்தா பிரச்சின இல்ல. அவங்க அப்படி இல்லையே!"

கதை சொல்லும் ஆர்வத்தில் நிமிர்ந்து அமர்ந்தாள்.

"மொத்த குடும்பமும் சிதறி தனித்தனியா போயிட்டுச்சி. அப்படியான குடும்பத்துக்கு பொண்ணு குடுக்கறப்போ என்னவெல்லாம் யோசிப்பாங்க? அந்த பொண்ணோட குடும்பம் எப்படி ஒண்ணா இருக்கும்?"

குடும்பம் சிதறிடுச்சா எனும் கேள்வி தொனிக்கும் வகையில் புருவத்தை உயர்த்தினான்.

"இந்த நகரோட மையத்துல ஒரு தூங்கு மூஞ்சி மரம் இருக்கா. அங்க இருக்குற இஸ்திரி கடைக்காரரோட சம்சாரத்துக்கு இந்த தெருவோட வரலாறே தெரியும். அவங்க தான் செல்வம் குடும்பத்த பத்தி இந்த நகர்ல தெரிஞ்ச ஒரே ஆளு. அவங்களா போய் யார்கிட்டயும் தெரிஞ்ச விஷயத்த வம்பா பேச மாட்டாங்க. கேக்கற விதத்துல கேட்டா எல்லா தகவலும் தெரிஞ்சிரும் "

அன்பு நமுட்டு சிரிப்பு சிரித்தான்.

"செல்வத்தோட சம்சாரம் இருந்தவரைக்கும் இஸ்திரிக்கு எப்பவும் துணி வருமாம். எல்லாமே புதுசு தானாம். அவரோடத அவரே இஸ்திரி போட்டுப்பாராம். ஆனா அந்தம்மா மட்டும் புடவைய குடுத்து இஸ்திரி போட்டு குடுக்க சொல்லுமாம். இத்தனைக்கும் அவங்க வீட்ல தான் கெடக்குறாங்க. சௌகரியமா வாழணும்னு அவங்களுக்கு ஒரு ஆசை. சௌகரியம்ங்கறத விட சின்ன வயசுல அனுபவிக்காத வசதி வாய்ப்புகளை கல்யாணம் பண்ணிக்கிட்டு போய் கண்டிப்பா அனுபவிச்சிடணும்னு ஒரு கனவு. ஆனா இவரோ கஞ்சர். ஒவ்வொரு காசுக்கும் கணக்கு வச்சிருப்பாறு. அந்த இஸ்திரி அம்மாகிட்டாயே நெறயா வாட்டி கணக்கு கேட்டு சண்டை போட்ருக்காரு.

யாருக்கும் காரணம் தெரில. ஒரு நாள் பெரிய சண்டை. வீட்டு வாசல்ல ரோட்டுல நின்னு கழுத்துல இருந்த தாலிய உருவி செல்வத்தோட மூஞ்சில விட்டெறிஞ்சிருக்கா? நாசமா போவன்னு காரித்துப்பிருக்கா? அப்படியே கௌம்புன அவள செல்வம் தடுக்கவேயில்ல. அப்பறம் இந்த சண்டைய தெருக்காரங்களும் தடுக்காம வேடிக்கை மட்டும் பாத்துகிட்டு இருந்திருக்காங்க"

தெருக்காரர்கள் எனும் சொல் அன்புவிடம் கோபத்தைக் கிளறியது. நடையில் சிறிதளவு வேகம் கூடியது.

"இந்த தெருக்காரங்களா ? சுத்தத் தாயளிங்க. தெருக்க ஒரு ஆள் செத்துட்டார்னா கொறஞ்ச பட்சம் முழிச்சிகிட்டு இருக்கணும். சரி அது பழைய காலம்னு வச்சுப்போம். அவங்க அவங்க வீட்டு வாசல்ல லைட்ட போட்டு வைக்கணும். ஒரு சாவு அந்த தெருலருந்து ஒரு ஆள் காணாமா போறதுக்கு சமம். அத நல்லபடியா வழியனுப்பி வைக்கணும். வெளிய போய் பாரு. நேத்து எப்படி தூங்கிட்டு இருந்தானுங்களோ அதே மாதிரி இப்பவும் தூங்கிட்டு இருக்கானுவோ. சவத்துக்கு சமமா தூங்காறவனுங்க இந்த உலகத்துலயே இந்த தெருக்காரனுங்களா தான் இருப்பானுங்க. வர்ற கோபவத்துக்கு ஒவ்வொரு வீட்டு ஜன்னல் கண்ணாடியையும் கல்ல விட்டு எறிஞ்சிடலாம்னு தோணுது. கல்நெஞ்சக்காரனுங்க"

அன்புவின் பேச்சிற்கு முரணக்கொண்டவளாக உரையாடலை மடக்கும் தொனியில் பேசினாள்.

"தெருக்காரங்கள ஏன் திட்டுற. நீ எப்படி நடந்துக்கிறியோ அப்படி தான் உனக்கு தெருவும் நடந்துக்கும்"

கோமளாவுக்கு எதிரில் வந்து நின்றான்.

"கஜேந்திரன் முகத்த பாத்தியா ? என்ன வயசுன்னு நெனைக்கற? எந்த வயசு தான் அப்பனுக்கு கொள்ளி வைக்க சரியான வயசோ தெரில. ஆனா அவனுக்கு ஆறுத்ல எப்படி சொல்லனு எனக்கு தெரில. இவ்ளோ ஏன் இன்னிக்கு காலைல இந்த ஏரியா க்ரிமட்டோரியத்துல ஒரு கொரோனா டெட் பாடிய பாத்தேன். அதப் பாத்தேன்னே சொல்ல முடியாது. ஒரு பொட்டலம். கூட யாரும் வரக்கூடாதுனு நிபந்தனை வேற. வெடி இல்ல. டிரம்ஸ் இல்ல. தேர் இல்ல. ஒப்பாரி இல்ல. அழுறதுக்கு கூட மக்களே இல்ல. நல்ல காசு பணம் பாத்த மனுஷன். ஆனா அனாதைப்பொணம் மாதிரி கெடந்துச்சு. இப்ப இங்க பாரு. நோய் இல்ல. இயற்கையான மரணம். ஆனா ஆள் ஒருத்தர் கூட இல்லாம அந்த வீட்ல அந்தப் பையனும் அவங்க அப்பாவோட பொணமும் மட்டும் தனியா கெடக்கு. யாருக்கும் இப்படி ஒரு கஷ்டம் வரக்கூடாது கோமளா. மனசுக்குள்ள அதுவே போட்டுப் பிசையுது"

இருவரும் அமைதியாயினர். இரவின் ஆதார மௌனமும் மென்பனியும் சூழ்ந்திருந்தது. கோமளா கைகளைக் கட்டிக்கொண்டாள். அவளின் முகத்திலும் சோகம் பரவியிருந்தது.

“எல்லாத்துக்குமே வீடு தாங்க காரணம். பையனும் தன்னோட அப்பா தானேன்னு உக்காந்து பேசியிருக்கலாம். ஏன் வீட்ட விட்டு ஓடனும்? என்ன பிரச்சின வந்தாலும் ஒருத்தர் முகத்த ஒருத்தர் பாத்துதான் ஆகணும். பாக்கும்போது பிரச்சினை பெருசாகலாம், ஆனா வேறொரு பார்வைல அந்த பிரச்சின தீரலாம். விட்டுட்டு ஓடறது எதையோ பாத்து பயப்படறதுக்கு சமம். அது பேயா எப்பவும் தொரத்திக்கிட்டு இருக்கும். இன்னமும் தெளிவா சொல்லணும்னா நல்லா வாழ்ந்து பழகுன வீட்லயே பேச முடியாதவங்களால வெளியுலகத்துல எதையும் தைரியமா பேசி செஞ்சிட முடியாது”

கோமளாவின் சொற்கள் அன்புவிற்கு முரணாகத் தோன்றவில்லை. இடைமறிக்காமல் கேட்டுக்கொண்டிருந்தான்.

“கடைசி காலத்துல உனக்கு ஒம்புள்ள எவ்வளோ தூரத்துக்கு வேணும்னு நீ நெனைக்கிறியோ அது இப்ப நீ அவனுக்கு நடந்துகறதுல தான் இருக்கு. கிட்டதட்ட தராசு மாதிரி. நீ எவ்ளோ எறங்கிப்போறியோ அவன் எதிர்காலத்துல உனக்காக ஏறி வருவான். எல்லா உறவுக்கும் இதே கணக்கு தான்! செல்வம் எறங்க தவறிட்டாரு !

வெடுக்கென ஆவேசமாக பேசினான்.

“வெற்றிக்கும் மணிக்கும் நான் குடுக்காத செல்லமா?”

கோமளா சிரித்தாள்.

“செல்லம் யார் வேணா குடுப்பாங்க. ஏன் அவன் தாத்தா பாட்டி, தாய் மாமன் இவங்கெல்லாம் கூட தான் செல்லம் குடுக்ககுறாங்க. நாம குடுக்க வேண்டியதும் சொல்லிக்குடுக்க வேண்டியதும் மரியாதை. கௌரவம். என்ன பிரச்சினைனாலும் வீடு இருக்கு. வீட்டுக்குபோனா எல்லாம் சரியாயிடும்னு ஒரு நம்பிக்கைய குடுக்கணும். உன்னையும் என்னையும் தாண்டித்தான் இந்த உலகம். உறவ அப்படி வச்சிக்க முடியலைன்னா இப்படி தான் ஆகும்”

என்று சொல்லி செல்வத்தின் வீட்டை சுட்டினாள். இப்போது அவள் கூறிய விஷயங்கள் அன்புவிற்கு குழப்பமானது. வெடுக்கென தன் சந்தேகத்தை கேட்டான்.

“நாம ஏன் நம்ம பசங்கள கட்டுக்குள்ள வைக்கணும். அவங்க சுதந்திரமா தான இருக்காங்க?”

கோமளா சலிப்படைந்தாள்.

“ஓங்கிட்டப்போய் இவ்ளோ நேரம் சொன்னேன் பாரு!” என

தன்னையே நொந்துகொண்டு எழுந்துகொண்டாள். உறங்கச் செல்கிறேன் என்றாள். அன்றொரு நாள் மட்டும் வாசல் கதவுகள் தாழிடப்படவில்லை. உறங்கும் அறையைத் தவிர வேற்றெந்த மின் விளக்குகளும் அணைக்கப்படவில்லை.

அன்பு அங்கு தனித்து விடபட்ட பின்பும் கோமளாவின் கேள்விகளும் சொற்களும் கேட்டவண்ணமிருந்தன. இத்தனைக் கடுமையாக இருக்க வேண்டுமெனில் குழந்தைகளுக்கு இந்த வீடும் குடும்பமும் சிறையாகிடாதா என சந்தேகித்தான். அவனது மனதுள் குமையும் சோகத்தில் கோமளாவின் சொற்கள் அனைத்தும் தவறான அர்த்தம் கொள்கிறதா? எப்படி இருப்பினும் கஜேந்திரனின் வயதும் அறிவும் இதை ஏற்றுக்கொள்ளும் நிலையில் இருக்காது. தன்னுடைய அப்பாவின் மரணத்தன்று இருந்த தன் நிலையுடன் ஒப்பிட்டான். அறிதலுக்கு அப்பால் நிகழ்ந்த விஷயம். கஜேந்திரனுக்கு நடப்பது வாழ்நாள் முழுக்க தொடரவிருக்கும் விஷயத்தின் முதற்புள்ளி.

கோமளாவுடன் உரையாடிய விஷயங்களின் தொடக்கப்புள்ளியாக இருந்த விஷயத்திற்கு மீண்டும் மனம் திரும்பியது. பிரேமலதாவை சந்தித்த தருணம் மனதில் நிலைகொண்டது. உறுதியான உடலை அவர் பெற்றிருந்தார். அதிகம் வண்ணங்களில்லாத சேலை. நெற்றியில் விபூதிக்கோடு. சாந்தமான மனநிலை முகத்தில் தவழ்ந்தது. கோமளாவின் சொற்களை நினைக்கையில் தோன்றும் முகமும் நேரில் பார்த்த முகமும் முற்றிலும் மாறுபட்டதாக தென்பட்டது. செல்வம் தலையணைக்கு அடியிலிருந்து எடுத்த துருப்பு சீட்டில் எண் கிடைத்ததாக அழைப்பில் தகவல் கூறினான். தனியே சந்திக்க வேண்டும் என்று கூறியதால் உடனே கிளம்பி அடிவாரத்தருகில் இருக்கும் ஒரு முதியோர் இல்லத்திற்கு விரைந்தான். தன்னால் வர இயலாது என்றும் மேலும் எக்காரணத்தைக்கொண்டும் தன் இருப்பை கஜேந்திரனிடம் தெரிவிக்க வேண்டாமென்றும் கேட்டுக்கொண்டார். அன்புவின் மனம் குழப்பங்களால் நிறைந்தது. யாரும் இல்லாத வீட்டிற்கு குறைந்த பட்சம் மனைவியாவது வருவார் எனும் எதிர்பார்ப்பிலேயே சென்றிருந்தான். வலிந்து அழைத்தான். மறுத்துவிட்டார். கடைசியாக அவர் கூறிய சொற்கள் மனதை உருக வைத்தது.

“இருந்தாலும் அவன் விட்டிருக்கக்கூடாது. அவன சொல்றதும் தப்புதான். பையனுக்கான வாழ்க்கை தனி. புள்ளைனா என்ன அவனோட வாழ்க்கைய அப்பா அம்மாவுக்கு அடகு வைக்கணுமா என்ன?”

முகம் கவிழத்திக்கொண்டாள். குரலில் விரக்தி கூடியது.

"அவருக்கான மனச நான் தான் சரிபடுத்தியிருக்கனும். ரெண்டு வாரம் முன்னாடி கூட வந்தாரு. பாத்தேன். கொஞ்சமும் மாறல. சரியான உணவும் இல்லை. என்னாலயும் மகனாலயும் அவருக்கு அவ்ளோ தனிமை. எல்லாம் சேத்து அவரோட ஆரோக்கியத்தை தின்றுக்கு. மெலிஞ்சு போயிருந்தாரு. அவர பாக்கவே எனக்கு சொல்லமுடியாத அளவுக்கு வருத்தமா இருந்துச்சு. எதையும் மாத்த முடியாத சூழல்ல நான் இருக்கேன்."

அன்பு ஆர்வத்தில் இடைமறித்தான்.

"நீங்களே வந்திருக்கலாமே? சார் கூட மனச விட்டு பேசியிருந்தா எல்லாம் சரியாயிருக்குமே?"

பிரேமலதாவின் நினைவு கடைசி சண்டைக்கு சென்றது. தொடர்ந்து இரண்டு நாட்கள் பள்ளியிலிருந்து தாமதமாக செல்வம் வந்திருந்தார். தாமதமாகும் தருணங்களிலெல்லாம் எங்கேனும் சமையல் ஆர்டருக்காக சென்றிருக்கக்கூடும் என சந்தேகித்து சண்டை மூளும். அன்றும் சண்டைக்கு தயாராகவே காத்திருந்தாள். அவருடைய சட்டையைத் துவைக்கும் சமயத்தில் சட்டைப்பையில் கிடைத்த சமையல் ஆர்டருக்கான ரசீதைப் பார்த்தவுடன் அதிர்ச்சிக்குள்ளானாள். செல்வத்தின் தந்தை இறந்தது முதல் சமையல் வேலைகளுக்கு செல்லாமல் இருந்தார். யதேச்சையாக அவருடைய சட்டைப்பையில் கிடைத்த ரசீது பிரேமலதாவின் கோபத்தைக் கிளரியது.

"இது என்ன புது பழக்கம்! நடு நடூல உங்களுக்கு வந்த போன் காலயே கட் பண்ண சொல்லியிருக்கேன். ஏன் தெரியுமா?"

தலைகுனிந்து செல்வம் அமர்ந்திருந்த காட்சி அப்போதும் அவளின் மனதில் நிலைநின்றது.

அறைக்குள் இருந்த கஜேந்திரனைப் பிரேமலதா பார்த்தாள். வெளியே போகச் சொல்லி கர்ஜித்தாள். குரல் அறைக்குள் எதிரொலித்தது. கஜேந்திரன் வெளியே சென்ற மறுநொடி கதவை அடைத்தாள்

"நீங்க சிகரெட், தண்ணினு எந்த கெட்ட பழக்கம் இருந்தாலும் நான் மன்னிச்சிருவேன். ஆனா சமையல். ஒரு நிமிஷம் கூட மன்னிக்க முடியாது"

எப்போதும்போல் திட்டத் துவங்கிய பிரேமலதாவிற்கு அன்று செல்வம் ஆற்றிய எதிர்வினை பேரதிர்ச்சிக்குள்ளாக்கியது. எப்போதும்போல் தலைகுனிந்து நின்றுகொண்டிருந்த செல்வம் உள்ளிருந்த மொத்த அழுத்தங்களையும் சொற்களில் திரட்டிக் கத்தினார். தொண்டை புடைக்க, கணீரென, அதே நேரம் பிரேமலதாவிற்கு மட்டும் கேட்குமளவிற்கு கத்தினார்.

"என்னால் முடியாது பிரேமா. அடஞ்சி கெடக்கறா மாதிரி இருக்கு!"

சண்டை பெருசானது. பிரேமலாதா பேசவிடாமல் கத்தினாள்.

"உன்னைய சமையலுக்கு போக வேண்டாம்னு சொன்னது ஒரே காரணம் தான். உன் அப்பன் செத்தது உன்னால தான்னு உன் கூட பொறந்தவங்க எல்லாரும் நம்புறாங்க. அப்பா இறந்ததுலருந்து நீயும் கவலையா இருக்க. அது அப்பா செத்துடாரேன்னு இல்ல. உன் சமையல கடைசியா சாப்பிட்டு செத்துட்டாரேன்னு! இந்த குற்றவுணர்ச்சிய எதுக்கு தேவையில்லாம வச்சிருக்க? அப்ப உண்மைலயே அந்த சாப்பாட்டுல என்னத்த கலந்து வச்ச? அப்பன சாவடிக்க எத்தன நாள் திட்டம் போட்ட? இத்தன கேள்வி எனக்குள்ள இருந்தும் என்னிக்காவது கேட்ருக்கேனா? வாய மூடிக்கிட்டு உன்கூட குடும்பம் நடத்திக்கிட்டு இருக்கேன்ல. இதே மாதிரி வெளில போய் யாரையாவது கொன்னுட்டா பழிய மொத்த குடும்பமும் சொமக்கணும். அதான் உனக்கு ஆசையா?"

பிரேமலதாவிற்கு மூச்சிறைத்தது. ஓங்கரித்து கத்தினாள். கதவருகிலேயே கஜேந்திரன் நின்றுகொண்டிருக்கிறான் என்பதை கதவின் அடியில் தட்டுப்பட்ட நிழலை வைத்து அறிந்தாள்.

"நான் பேசறத தப்புனு சொல்ல கத்தறல்ல. ஏன் அதப் புள்ளயும் கேக்கறா மாதிரி சத்தமா கத்து? முடியுமா?"

கேட்டவுடன் கதவருக்கில் நின்றிருந்த கஜேந்திரன் நகர்வது தெரிந்தது.

"அப்பனுக்கு நல்ல புள்ள இல்ல, கூடப்பொறந்தவங்களுக்கு எடுபிடி, பொண்டாட்டிக்கு வக்கில்லாத ஆம்பிள, புள்ளைக்கு மட்டும் நல்ல அப்பனா இருக்கணுமோ? அவனும் உன்னைய மாதிரியே தான் வருவான். தோத்தாங்கோலியா. பாரு! தெனம் தெனம் எங்கயாவது ஆர்டர வாங்கி வந்துருவியோனு பயந்துகிட்டே கெடக்கேன். கனவுல கூட பயம். அப்பன கொன்னா மாதிரி எங்களயும்

கொன்னுடுவியோனு தான் உன்னைய கிட்சனுக்குள்ள விடுறதே– யில்ல! என்னிக்காவது இந்த அர்த்தம் உனக்கு புரிஞ்சிருக்கா?”

பீறிட்டெழும் கோபத்தை சொற்களில் வார்க்க இயலாமல் தவித்த பிரேமலதா செல்வத்தைப் பளார் என அறைந்தாள். எதிர்பார்க்காத செல்வம் நிலைகுலைந்து சுவரோடு சாய்ந்தார். மீண்டும் எழுந்து பலம்கொண்டமட்டும் பிரேமலதாவை ஓங்கி அறைய கையை தூக்கினார். பார்வை பிரேமலதாவின் கண்களில் நிலைகுத்தி நின்றது.

“நான் செத்தாவது என் புள்ளைக்கு நல்ல அப்பனா இருப்பேன்.”

வேறெதுவும் பேசாமல் வீடு அமைதியானது. பிரேமலதாவிற்கு சண்டை இட வேண்டும் எனும் வெறி கூடி நின்றது. கைகளில் அகப்பட்ட பொருட்களையெல்லாம் விட்டெறிந்தாள். சில பொருட்கள் செல்வத்தை பதம் பார்த்தன. பல பொருட்கள் தரையில் மோதி உடைந்தன. கதவைத் திறந்துகொண்டு பக்கத்து அறையில் தன் துணிகளை எடுத்து பெரிய பையினுள் அடக்கினாள். வாசல் நோக்கி நகர்ந்தாள். அக்கம் பக்கத்து வீடுகளுக்கும் கேட்கும் வண்ணம் வசைகளை தூவிச் சென்றாள். சிலர் வாசலில் நின்று எப்போதும்போல் சண்டையை வேடிக்கைப் பார்த்தனர். வாசல் வரை வந்த கஜேந்திரனைப் பார்த்து முறைத்தாள். தன்னுடன் வருகிறாயா அப்பாவுடன் இருக்கிறாயா எனக் கேட்டாள். அமைதியாக முடிவெடுக்கத் தெரியாமல் நின்றிருந்தான் கஜேந்திரன். காரி உமிழ்ந்தாள். தாலியைக் கழற்றி வாசற்கதவு பக்கம் விசிறி அடித்தாள். சொடக்கடித்து சாபமிடுவதுபோல் கைகளைக் குவித்துக் கத்தினாள்.

“அப்பனும் புள்ளையும் நாசமத்துப் போவீங்க!”

சாபத்தின் குரல் பல நாட்களுக்கு அவ்வீட்டை வலம் வந்தது. தான் விடுத்த சாபம் அன்புவுடன் பேசிக்கொண்டிருக்கும்போதும் பிரேமலதாவின் நினைவிற்குள் மீண்டது.

அன்புவைக் கனிவுடன் பார்த்தாள். அனைத்தையும் இழந்த குரலில் பேசினாள்.

“இப்ப எல்லாமே கைய மீறிடுச்சி. அவரோட முகத்த பாக்கற தெம்போ பையனுக்கு ஆறுதல் சொல்ற அளவு தைரியமோ என்கிட்ட இல்ல. இப்ப தோன்றதெல்லாம் ரெண்டு தான். ஒண்ணு வீட்ட விட்டு அன்னிக்கு வந்துருக்கக்கூடாது. இன்னொன்னு கஜந்திரனும் அவர தனியா விட்டுருக்கக்கூடாது!”

வருகிறாரா இல்லையா எனும் தகவலைத் தெளிவாக சொல்லாமல் இருவரும் விடைபெற்றுக்கொண்டனர். அப்போது நடந்துகொண்டிருக்கும்போது அவரது சொற்களும் முகமும் துல்லியமாய் நினைவில் எழுந்தது. செல்வத்தின் நிலையில் தன்னை பொருத்தி கற்பனைகள் முளைத்தன. மரணத்தின் சாயல் தன் மீது கவிழ்வதைப் பார்த்தான். மகன்களின் உருவங்களும் கோமளாவின் வாதங்களும் நிழலாடின. வீடு கெக்களியிட்டு சிரித்தது. எல்லோரையும் விட பலமானவன் தான்தான் எனும் அகங்காரத்துடன் வீடு சிரிப்பதாக பாவித்தான். சொந்த வீடு என அது நாள் வரை எண்ணி— யிருந்த நம்பிக்கை மாற்றம் கொள்வதாக உணர்ந்தான். வீடு குடும்பம் ஆகிய அனைத்திற்கும் தனக்கு தெரியாமல் வேறு ஒரு அர்த்தம் இருப்பதாக சந்தேகித்தான். அனைத்து சிந்தனைகளுக்கு மத்தியிலும் கஜேந்திரனும் செல்வமும் தனித்து விடப்பட்டிருக்கும் காட்சி அவனுள் ஆணியடித்தாற்போன்று பதிந்திருந்தது. தெருவாசிகளை நிச்சயம் மன்னிக்க மாட்டேன் என சபித்தான். மனம் நிரம்பிய குழப்பங்களுடன் கஜேந்திரனைப் பார்க்கச் சென்றான்.

12

கஜேந்திரனும் ஐஸ்பெட்டியில் செல்வமும் ஒரே நிலையில் அருகருகே உறங்கிக்கொண்டிருந்தனர். பார்த்த மறுகணம் திடுக்கிட்டு அன்பு வேகமாக சென்று கஜேந்திரனை உலுக்கினான். மிரட்சியுடன் எழுந்து விழித்தான். முகத்தில் பயமும் பதற்றமும் நிறைந்திருந்தது. கண்கள் முழுக்க சிவப்பாக மாறியிருந்தது.

"சாவு வீட்ல தூங்க கூடாதுப்பா? தெருக்காரங்க தான் அறி—வில்லாம தூங்கிட்டு கெடக்ககுறானுங்க. நீ என்னப்பா!"

என்றவாறு அன்பு சலித்துக்கொண்டான். பத்து நிமிடங்களுக்கு இருவரும் அமைதியாக அமர்ந்திருந்தனர். உறக்க நிலை—யிலிருந்து கஜேந்திரன் மெதுவாக சமனிலைக்கு வந்தான். முதலில் குளிர்பதனப்பெட்டியில் இருக்கும் அப்பாவைப் பார்த்தான். அவரை பார்க்குந்தோறும் கேள்விகள் முளைத்துக்கொண்டே இருந்தன. எல்லாவற்றிற்கும் முத்தாய்ப்பாக இருந்த புன்னகை எப்போதும்போல் அவனுக்கு முரணாகப்பட்டது. தன் மனநிலையை மாற்ற அன்புவிடம் பேசத் துவங்கினான்.

"சாரி னா. எனக்கு தெரியாது"

தெரிந்தவர்களே உறங்கும்போது அறியாத பருவம் என்று தனக்குள் சமாதானம் சொல்லிக்கொண்டான் அன்பு. கஜேந்திரன் எழுந்து கொல்லைக்கு சென்று முகம் கழுவினான். திரும்பி வீட்டினுள் வரும்போது சமையலறையின் மேஜையில் இருந்த தூக்கு சட்டிக்கு பார்வை சென்றது. இரண்டு மைசூர்பாக்கை எடுத்து வந்து அன்புவிடம் கொடுத்தான். முந்தைய மாலை செல்வத்துடன்

உரையாடிய நினைவுகள் எழுந்தன. இறந்த வீட்டில் சாப்பிடலாமா என சங்கடப்பட்டான். அந்த எண்ணத்தை புறந்தள்ளிவிட்டு மைசூர்பாகை வாயிலிட்டான். நாக்கில் வைத்தவுடன் கரையத் தொடங்கியது. இனிப்பு சுவை வாய் முழுக்கப் பரவியது.

"ரொம்ப நாளா இருக்கு. நேத்து நைட் கூட சொல்லிக்கிட்டு இருந்தாரு காலைலவந்து வாங்கிக்கனு."

கஜேந்திரனின் முகம் சந்தோஷத்திற்கும் சோகத்திற்கும் இடையில் நின்றது.

"இது எங்கப்பாவோட சிக்னேச்சர் டிஷ். வாயில வச்ச ஒடன கரையணும். நல்லா ஞாபகம் இருக்கு அப்பாக்கு ஒருவாட்டி அந்த பக்குவம் வரல. மனசு வேற எங்கயோ இருந்திருக்கு. அது இந்த மைசூர்பாக்குக்கா இல்ல வேற ஏதாவது உணவுக்கானு சரியா தெரியல. உடனே மொத்தத்தையும் கொட்டிட்டாரு. அது மட்டுமில்லாம ரெண்டு நாள் யார் கூடயும் பேசாம அமைதியாவே இருந்தாரு."

மீண்டும் ஒரு வாய் கடித்து உண்டனர்.

"அவரு சமையல் செய்றப்ப பாக்கணுமே. எங்கப்பா எப்பவும் சமைச்சிக்கிட்டு இருந்தா எவ்ளோ சந்தோஷமா இருக்கும்னு தோணும். அவர் அவ்ளோதூரம் சந்தோஷப்படுவாரு. முகத்துல எப்பவுமே ஒரு மகிழ்ச்சி இருக்கும். ஒவ்வொரு சமையல் பொருளும் சரியா வந்துட்டா அவருக்கு இருக்குற சந்தோஷத்தோட அளவ சொல்லவே முடியாது. அவர் சந்தோஷம் அங்க நிக்காது. அத சாப்பிடறவங்கள அவங்களுக்கே தெரியாம பாப்பாரு."

"ஒரு வாட்டி ஹோம் ஒண்ணுலருந்து சமைச்சி தர முடியுமானு கேட்ருந்தாங்க. கூட நானும் போயிருந்தேன். ஒரு சண்டே. அப்பா அங்க இருக்குற சமையல்காரங்கள வச்சே வேலை வாங்கி செய்வாரு. சில ஐட்டங்கள்ல அவரே தனியா நின்னு பண்ணுவாரு. வேர்த்து விறுவிறுக்க செஞ்சிக்கிட்டு இருக்காரு. கூட நான் இருக்கேன்னு முழுசா மறந்துட்டாரு. முதியோர் இல்லம்ங்கறதால வெளையாட கூட ஆள் இல்ல. அப்பாவையே வேடிக்கை பாத்துகிட்டு இருந்தேன். வீட்ல சோம்பேறியா ஒரே சேர்ல உக்காந்துகிட்டு இருக்குற அவரு அன்னிக்கு பம்பரமா சுத்துனாரு. ஒவ்வொரு சாப்பாடு விஷயத்துலயும் இது அதிகம், இது கம்மின்னு பறந்து பறந்து சொல்லிக்கிட்டு இருந்தாரு. சமைலறைல செம்ம வாசனை! எல்லாம் முடிஞ்சு அவங்க சாப்பிடும்போது யாருக்கும் தெரியாம மறைவா ஒரு

எடத்துலருந்து சாப்பிடறத எல்லாரோட வாயவும் முகத்தையும் பார்த்துகிட்டு இருந்தாங்க. கடைசியா இழந்த சொந்தங்களோட சேர்ந்து சாப்பிடற உணர்வ இந்த உணவே குடுத்துச்சினு சிலர் சொல்லும்போது எனக்கு புல்லரிச்சிருச்சு"

அப்போதும் கஜேந்திரனுக்கு மயிர்க்கூச்செறிந்தது.

"அன்னிக்கு அவர் சாப்பிடவே இல்ல. நாள் முழுக்க அவ்ளோ சந்தோஷத்துல இருந்தாரு. சாயங்காலம் என்னையும் அம்மாவையும் படத்துக்கு கூட்டிட்டு போனாரு"

கையில் மைசூர்பாகு தீர்ந்திருந்தது. மற்றொன்றை எடுத்து வந்து இருவரும் சாப்பிட ஆரம்பித்தனர். நேரம் நள்ளிரவு மூன்றைக் கடந்திருந்தது.

"நான் ரொம்ப வருஷத்துக்கு அப்பாவோட சாப்பாட சாப்பிட்டதில்ல. வேலைக்குனு போற எடத்துல அவர் செய்யுற சாப்பாட தர மாட்டாரு. கேட்டா வீட்ல செஞ்சி தரேனு சொல்லுவாரு. ஆனா அம்மா சமைக்க விட மாட்டாங்க. அம்மாவோட அப்பா, அதாவது என் தாத்தா இறந்தப்ப அதுக்கான டைம் வந்துச்சு. நானும் அப்பாவும் ரெண்டு நாள்ல திரும்பி வந்துட்டோம். அம்மா ரெண்டு ரெண்டரை வாரம் தங்கியிருந்தாங்க. அப்ப புல்லா அப்பாவோட சமையல் தான். தெனம் அஞ்சு மணிக்கு எந்திரிச்சிருவாரு. காலைக்கும் மதியத்துக்கும் டக்குனு செஞ்சு வச்சிடுவாரு. ஒவ்வொன்னும் அவளோ ருசி. சாதாரணமா ரசம் வச்சாலும் அதுவரைக்கும் சாப்பிடாத ருசில இருக்கும். ஸ்கூலுக்கு போன அந்த ரெண்டு வாரமும் முதல் முறையா என்கிட்டருந்து என் பிரண்ட்ஸ் விரும்பி எடுத்து சாப்பிட்டாங்க. இதுல விசேஷம் அந்த ரெண்டு வாரம் தான் நான் எழுந்திருக்கும்போது அப்பாவ முகமலர்ச்சியோட பாத்தேன். என்னைய கொஞ்சுவாரு. நெறையா வெளையாடுனாரு. அம்மா திரும்பி வந்த மறுநாளே எல்லாமே பழைய மாதிரி மாறிடுச்சு"

"அப்பறம் ஏன் அம்மா போகணும்?" , என்று தன்னையும் மீறிய தோன்றிய கேள்வி அன்புவிடமிருந்து வெளிப்பட்டது. முந்தைய மாலை பிரேமலதாவிடம் கிடைத்த பதில்களே போதுமானவை எனும் எண்ணமும் இணைகோடாய் நினைவில் தோன்றியது.

"எனக்கு ரொம்ப சரியா தெரியாது. அம்மாக்கு அப்பா சமைக்கறது பிடிக்கல. அதுக்கான காரணம் எதுவும் எனக்கு தெரியாது. கேட்டாலும் அப்பா சொல்ல மாட்டேனு சொல்லிட்டாரு. அம்மா

போனதுக்கப்பறமும் அப்பா சமைக்கல. வேற ஒரு ஆள வச்சு சமைச்சு குடுக்க சொல்லியிருந்தாரு. அவங்க சமைக்கர வரைக்கும் அப்பா வாசல் திண்ணைலயே உக்காந்திருப்பாரு. சாப்பிடற அளவும் கொறஞ்சது ”

அம்மாவைப் பற்றி யோசித்தான்.

“எனக்கும் அம்மா கூட அவளோ நெருக்கம் இல்ல. அவங்களுக்கு சின்ன வயசுல எழந்த ஆடம்பரத்த, மத்தவங்கள பாத்து பொறாம பட்ட விஷயத்த செய்யணும்னு ஆச! என்கூட அதிகம் பேசக்கூட மாட்டாங்க. நகை,புடவை, நாடகம், ஊர் வம்பு தான் அம்மாக்கு. அம்மாவோட தேவைப் பட்டியல்ல அப்பாவும் இல்ல நானும் இல்ல!”

கஜேந்திரனுக்குள் அப்பாவின் உருவம் வாசல் திண்ணையில் அமர்ந்திருப்பதுபோல் தோன்றியது.

“அடிக்கடி சண்டை வரும். என்ன எதுக்குனு எனக்கு தெரியாது. முக்கால் வாசி சண்டைல என்னைய வெளிய போய் இருன்னு சொல்லிட்டு அவங்க சண்டை போட்டுக்குவாங்க. கடைசியா போட்ட சண்டை தான் ரொம்ப பெருசாயிடுச்சு. வாசலுக்கு வந்து என்னையப்பாத்து சொடக்கு போட்டு கேட்டாங்க. எங்கூட வர்றியா அந்தாளோட இருக்கியானு. கைவசம் வாய்ப்புகளும் இல்ல நேரமும் இல்ல. கொழப்பத்துல அமைதியா நின்னேன். டக்குனு தாலிய கழட்டி வீட்டு வாசக்கதவ பாத்து எறிஞ்சாங்க. சாபம் விட்டாங்க”

எழுந்து அப்பாவின் முகத்தைச் சுட்டினான். பெருமூச்சுவிட்டான்.

“அதுக்கப்பறம் தெனம் தெனம் மனசுக்குள்ள கொழப்பம் தான். அம்மா என்னிக்காவது திரும்ப வந்துடுவாங்கணு ஒரு நம்பிக்கை. ஆனா பொய்யாயிடுச்சு. சாவுக்குக்கூட வரல”

விசும்பினான். பிரேமலதாவை சந்தித்த விஷயங்களை கஜேந்திரனிடம் சொல்லலாமா வேண்டாமா எனும் குழப்பத்தில் அன்புவும் ஆழ்ந்திருந்தான். அருகில் சென்று கஜேந்திரனின் தோள் மீது கைகளைப் போட்டு ஆறுதல் படுத்தினான். கண்களை துடைத்துக்கொண்டு இருவரும் எழுந்தனர். வாசல் படிகளில் அமர்ந்துகொண்டன. தெரு நிசப்தத்தில் தன்னை நிலைநிறுத்திக்கொண்டிருந்தது. அன்புவின் பாக்கெட்டிலிருந்து சிகரெட் ஒன்றை எடுத்தான். கஜேந்திரன் தனக்கும் ஒன்று என வாங்கிக்கொண்டான். ஊதுவத்தியின் புகையுடன் சிகரெட் புகையும் சேர்ந்துகொண்டது. இருவருக்கும் குளிருக்கு இதமாக இருந்தது.

“பல நாள் நான் ஏன் அப்பாவ தேர்ந்தெடுத்தேன்னு யோசிச்சிருக்கேன். காரணமே பிடிபட்டதில்ல. ஒருவேளை அம்மாகிட்ட போயிருந்தா என் வாழ்க்கை மாறியிருக்குமானு யோசிச்சாலும் பதில் கெடைக்க மாட்டேங்குது”

அன்புவின் மனம் கஜேந்திரனின் பேச்சிலிருந்து நழுவியது. அவனது சொற்களை கணக்கிடத் தொடங்கியது. சொந்த ஊதியத்தில் மட்டும் கடைசி வரை வாழ்ந்தவர் செல்வம். கஜேந்திரனின் காசை கிஞ்சித்தும் எதிர்பார்க்கவில்லை. ஆனால் இதே நிலை அவனது அம்மாவிடமும் நேர்ந்திருக்குமா ? நேரில் சந்தித்தபோது அவரது முகத்தில் தென்பட்ட அயர்ச்சி கண்டிப்பாக இதே போல் இருந்திருக்காது என அப்போது யோசித்துக்கொண்டான். ஒருவேளை சென்றிருந்தால் கஜேந்திரன் இன்னொரு செல்வம் ஆகியிருக்கக்கூடும் என எண்ணினான். கஜேந்திரனின் அம்மாவை தவறாக அதற்குள் சித்தரித்துகொள்கிறோமோ எனும் எண்ணம் எழும்போது மனைவி கோமளாவின் முகம் நினைவில் வந்துபோனது. மீண்டும் கஜேந்திரனின் பேச்சிற்கு நினைவுகளை இழுத்து வந்தான்.

“வீட்ட விட்டு வெளியேறுற தைரியத்த யார் எனக்கு குடுத்ததுனு யோசிச்சிருக்கேன். அம்மாவாதான் இருக்கணும். உண்மைல சொன்னா வெளியேறுறது ரொம்ப ஈஸி! திரும்ப வர்றது தான் கஷ்டம்.”

அமைதியானான். அவனது அமைதி வயது மீறிய அனுபவத்தை தானே ஏற்றிக்கொண்டதை உணர்த்தியது. பால்யத்தை கொண்டாடி—யிருக்கலாம். பதின்ம வயதை களித்திருக்கலாம். அனைத்தையும் கைவிட்டுவிட்டு ஓடியதன் காரணத்தை அறிய விரும்பினான்.

“இப்ப கேக்கறது சரியானு தெரியல. நீ ஏன் இங்கருந்து கெளம்புன.? அப்பாவ பிடிக்கலைன்னா ?”

கஜேந்திரன் சிரித்தான்.

“எனக்கு அப்பாவ பிடிக்கலைனு யார் சொன்னா? எல்லார மாதிரியும் சில விஷயங்கள்ல எனக்கு எங்கப்பாவ பிடிக்காது. தோத்துட்டு வரும்போது குடும்பம் உங்களுக்கு ஆறுதலா இருக்கணும். இல்லைன்னா ஆறுதல வெளிய தான் தேடுவோம். அம்மாகிட்ட சண்டைல தோக்கறது எனக்கு பிடிக்கல. ஏன் அப்பா தைரியம் இல்லாத ஆளா இருக்காருன்னு நான் பலதடவ யோசிச்சிருக்கேன். ரிஸ்க் எடுக்க எப்பவுமே தயங்குவாரு. சமையல்ல காட்டுற சந்தோஷத்த வேற எதுலயாவது காட்டி குடும்பத்துக்குனு

எதையாவது செஞ்சிருக்கலாமேனு அடிக்கடி தோணும். ஸ்கூல் படிக்கறப்ப நான் கபடில இருந்தேன். அடிபட்டுகிட்டு வருவேன். எப்படி அடிபட்டுகிட்டேன்னு கேக்க மாட்டாரு. எடுத்தவொடன இனி கபடி வேணாம்னு சொல்லுவாரு. எரிச்சலா இருக்கும். படிப்புல பெயிலாயிட்டு வருவேன். எதுவும் சொல்லாம அமைதியா இருப்பாரு. சில நேரங்கள்ல திட்றதும் தேவையா இருக்கு!"

அந்த நாட்களை எண்ணி புகையை வெளியேற்றினான்.

"அப்பா கல்லு மாதிரி இருக்கறதுனால நெறையா வெறுப்பு. சில நாட்கள் அவர் கிட்டயே அம்மா சண்டை போடாம இருந்திருந்தா இந்த வீடும் எல்லார் வீடு மாதிரியே இருக்கும். போய் அம்மாவ கூட்டிட்டு வாங்கன்னு கேட்ருக்கேன். அதுக்கும் அமைதி. என்னால எப்பவும் புரிஞ்சுக்க முடியாத அமைதி. ஆனா அம்மாவ திட்டுனா மட்டும் அம்மாவ திட்டாதன்னு ஒரு கொரல் வரும். அப்பாவோட செயல்ல எதுக்கு தான் காரணம் புரிஞ்சிருக்கு. அம்மா போனதுக்கப்பறம் நைட் நேரத்துல செல மாதிரி தூங்காம உக்காந்துகிட்டு இருப்பாரு!"

சிகரெட் தீர்ந்திருந்தது. வாசல் மதில் மேல் கைகளை வைத்து தெருவை நோட்டம் விட்டான்.

"எல்லா சண்டையையும் இந்த தெரு பாத்திருக்கு. நெறைய பேரு வந்து மாறி போயிருக்காங்க. அதே மாதிரி நாளைக்கு அப்பா போறதையும் பாக்க போது. வேடிக்கை மட்டுமே பாக்கற தெருல ஒரு அப்பாவால அமைதியாத்தான் இருக்க முடியும்."

அன்புவிற்கு கஜேந்திரனின் சொற்கள் புரிவது போலத் தோன்றியது. தெருக்காரர்கள் மீது ஏற்கனவே இருக்கும் கோபத்திற்கு கஜேந்திரனின் சொற்கள் காரணமேற்றின.

"அப்பாவோட சந்தோஷம், சோகம், கோவம் எல்லாமே அந்த சமையல்ல தான் இருந்திருக்கு. இந்த தலைமுறைல பொறந்திருந்தா நல்ல வழில ஒரு ஹோட்டல் செப் ஆகியிருக்கலாம். கேட்டரிங் ஏஜென்ஸியாவது வச்சிருக்கலாம். ஆனாலும் அவர் பட்ட அனுபவங்கள் மாறியிருக்குமானு சொல்லத் தெரில. பாக்கும்போது நமக்கு தான் அது ஒரு சமையல். அவருக்கு யாரோடயோ பேசற கணக்கு தான்!"

கஜேந்திரனின் சொற்களில் அவ்வப்போது எட்டிப்பார்க்கும் முதிர்ச்சி அன்புவிற்கு சங்கடமாய் இருந்தது. தொலைத்து

விட்ட பருவத்தை எப்படியும் மீட்டெடுக்க முடியாது என்பதை அறிந்திருந்தான். அந்தந்த பருவத்தின் சேட்டைகளை அனுபவித்தே ஆக வேண்டும் என்று மனைவி கோமளாவிடம் அடிக்கடி சொல்வது மீண்டும் தோன்றியது. அப்பாவை இழந்ததும் குடும்பப் பொறுப்பை எடுத்துக்கொண்டதும் என தன் சுமையை எண்ணிப்பார்த்தான். கஜேந்திரனுக்கு முன் அவை கடுகின் அளவைக்கொண்டது. கஜேந்திரனுக்கு சுமையின் அளவு தெரியாமல் இருக்கிறான் என்பதே ஆற்றாமையாக இருந்தது. இனி வரும் நாட்களில் அவன் மனம் கொள்ளப்போகும் சுமையை யோசித்து வருந்தினான். அனிச்சையாக செல்வத்தை திரும்பிப்பார்த்தான். கஜேந்திரன் சொன்ன தோல்விக்கதைகள் பின்னுக்கு சென்று அவரது சமையல் திறன் முதன்மைக்கொண்டது. முகத்தில் தெரிந்த புன்னகை பெருவாழ்வு வாழ்ந்து முடித்ததை சொல்லிக்கொண்டிருப்பதாய் தோன்றியது. தனியே கேட்ட விசும்பல் சத்தத்தில் கஜேந்திரனைத் திரும்பிபார்த்தான். என்னிக்கும் உடன் இருப்போம் என்று ஆறுதல் கூறினான்.

“நான் ஏன் கௌம்புனேன்னு கேட்டீங்கள்ல? அப்பாவோட அமைதி என் காத அடச்சது. தப்பிச்சு போகணும், எதையாவது தொறத்தனும். காலேஜ்ல தெர்மோடைனமிக்ஸ் எடுக்கற வாத்தியார் ஒரு நாள் எண்ட்ரோபி பத்தி பாடம் எடுத்துக்கிட்டு இருந்தாரு. ஒரு சின்ன அணுவோட ஒழுங்கின்மை கொஞ்சம் கொஞ்சமா பரவி மொத்த விஷயத்தையும், அதோட இயல்பு நிலையையும் மாத்துமாம். பாருங்க இப்ப வரைக்கும் ஞாபகம் வச்சிருக்கேன்!”

இருவரும் சின்னதாக சிரித்தனர்.

“என் வீட்ட பத்தி எப்ப நெனச்சாலும் இந்த விஷயம் ஞாபகத்துலயே இருக்கும். அந்த வாத்தியார் தான் அடிக்கடி சொல்லுவாரு டிப்ளமோ முடிச்சிட்டு லேத்துக்கு போயிடாத. போறதா இருந்தா பெரிய்ய இண்டஸ்டரீல இருக்குற லேத்துக்குக்கு போ. உன் படிப்புக்கு சம்மந்தமா நெறைய வேலை இருக்கும் இந்த ஊர் ஒலகத்துல. ஆனா அத நீ தான் தேடனும். பொதுவா இது தான் வேலைனு சொல்லி லேத்துல தள்ளி விட்ருவானுங்க. பணங்காச பாக்க பல வருஷமாகும்.”

சிறிய இடைவெளிவீட்டு மீண்டும் தொடர்ந்தான்.

“அவர் அடிக்கடி இதத் தான் சொல்வாரு. பலருக்கு பிடிக்காது. ஆனா உண்மை என்னவோ அவர் சொல்றது தான். வாழ்க்கைய

தீர்மானிக்கறது ரெண்டு தான். சம்பாரிக்குற பணம், இருக்கற குடும்பம். அவர் சொல்லும்போது எனக்கு புரில. கொஞ்சம் கொஞ்சமா புரிய ஆரம்பிச்சப்ப குடும்பம் தான் இல்ல பணமாவது நெறையா சம்பாரிக்கணும்னு ஓடிட்டேன். நெனச்சது தப்பா எடுத்த முடிவு தப்பானு இன்னமும் என்னால முடிவுக்கு வர முடியல"

முகம் முழுக்க கவலை பரவியிருந்தது. திரும்பி அப்பாவின் முகத்தைப்பார்த்தான். பின் படியில் அமர்ந்திருக்கும் அன்புவின் முகத்தையும் பார்த்தான்.

"சென்னைலருந்து கௌம்பும்போது எனக்கு அப்பாவோட முகம் மறந்துருச்சு. இங்க வந்து பாத்து ஞாபகப்படுத்திட்டேன். ஆனா நேத்து அவரு உங்க கிட்ட பேசுனாருனு சொன்னீங்கள்ல. அதனால தான் இந்த விஷயங்க எல்லாம் சொல்லத் தோணுச்சு."

அன்புவிற்கு அருகில் வந்தமர்ந்தான். விசும்பலுடன் தோளில் சாய்ந்தான்.

"எவ்ளோ யோசிச்சாலும் அவரோட குரல் ஞாபகம் வரமாட்டேங்குதுண்ணா"

எவ்வகையிலும் தன்னால் சமாதானம் கூறவியலாது என்பதை அறிந்தவுடன் அன்பு மிகவும் வருந்தினான். தன்னுடைய தந்தையின் குரலை நினைவுபடுத்திக்கொள்ள முயன்றான்.

விடியத்தொடங்கியது.

13

பிரேமலதாவிற்கு அந்த இரவு இருள் அடர்ந்து இருப்பதாகவும் மகிழ்ச்சியற்றதாகவும் பழைய நினைவுகளைத் தேர்ந்தெடுத்து கண்களுக்கு முன் கொண்டுவருவதாகவும் தோன்றியது. முந்தைய மாலையில் புதிய எண்ணிலிருந்து வந்த அழைப்பு இத்தனை அச்சம் கொள்ளக்கூடிய விதமாக ஒரு இரவை மாற்றி—விடக்கூடும் என அவள் எண்ணிப்பார்க்கவில்லை. அழைப்பு வந்ததுமுதல் உண்ணவில்லை. உறக்கமும் வரவில்லை. சென்று பார்க்கலாம், மகனுக்கு ஆறுதல் சொல்லலாம் என்றாலும் தைரியம் எழவில்லை. தலைகுனியும் வகையிலான சொற்களை கடந்தகாலத்தில் சிந்தியிருக்கிறோம் எனும் கவலை நோயாக மாறி உடல் முழுக்க செயல்பட இயலாமல் வைத்திருந்தது. தங்கியிருந்த முதியோர் இல்லத்தின் வாசற்படியில் வந்தமர்ந்துகொண்டாள். ஆங்காங்கே வெளவ்வால்கள் வெளிச்சம் வரும் டியூப் லைட்டின் இடுக்குகளுக்கும் அருகில் இருக்கும் மரத்திற்கும் பறந்து பறந்து திரும்பிக்கொண்டிருந்தன. திருமண வாழ்க்கையின் நினைவுகளும் அந்த வெளவ்வாளுக்கு இணையாக கடந்த காலத்திற்கு சென்று சென்று திரும்ப யத்தனித்தன. அனைத்தையும் அந்த இரவு அவளுக்கு ஞாபகப்படுத்த விரும்பவில்லை. குறிப்பாக சில தினங்களை, அவை கொடுத்த சண்டைகளை மட்டும் அவளால் நினைவு கூற முடிந்தது.

செல்வத்தை முதன் முதலாக அறிமுகம் செய்தது பிரேமலாதாவின் அண்ணன் சேகர் தான். மாப்பிள்ளை பார்த்திருக்கிறோம் என்று புகைப்படத்துடன் வீட்டிற்கு வந்தான். அது அவளுக்கு ஏழாவது வரன். ஏழில் இரண்டு அவளுக்கு பிடிக்காமல் போயிருந்தது.

அவலட்சணமான முகம் என்பதே அவளிடமிருந்தான காரணம். அவளுக்கு வயது முப்பத்தைக் கடந்திருந்தது. முதிர்கன்னியாக காலம் கடந்துவிடக்கூடாது என குடும்பத்தார் திருமணத்திற்காக பலமுறை நச்சரித்தனர். பல வகைகளில் திருமணத்தை தடுத்து வந்தாள். தெளிவாக சொல்லிடாத காரணங்களும், திருமணமான தோழிகளின் வழியே அறிந்த குடும்பம் சார்ந்த பயமும் அவளை அத்திருமண சடங்கிலிருந்து தள்ளியே வைத்திருந்தது. ஆனால் செல்வத்தின் புகைப்படத்தை கொடுக்கும்போது அண்ணன் சொன்ன சொற்கள் அப்போதும் நினைவில் ஒலித்தது.

"பள்ளிக்கூட வாத்தியார். நல்லா சமைக்கவும் செய்வாராம். கல்யாணம் ஆனா வேலை செய்யணும் அது இதுனு மண்டைய போட்டு ஒளப்பிக்காம கட்டிக்க. அவரே ஒனக்கும் சேத்து சமச்சு போடுவாரு"

அண்ணனின் சொற்கள் வீட்டின் கேலிப்பொருளானது. செல்வத்தின் லட்சணமான முகமும் பிடித்துப்போக எளிமையாக திருமணம் முடிந்தது. திருமணம் முடிந்து மூன்று மாதங்கள் ஓடி—யிருந்த சமயம். பிரேமலதாவின் நலம் விசாரித்து செல்ல அம்மா வீட்டிற்கு வந்திருந்தாள். அப்போது செல்வம் எல்லோருக்குமான மதிய உணவை சமைத்துக்கொண்டிருந்தார். ருசிகரமான கதம்ப சாம்பாரும் வஞ்சிர மீனும். அன்று மாலை வீட்டிற்கு திரும்பும் போது பிரேமலதாவிடம் அம்மா தனியே பேசினாள்.

"வீட்டுக்காரரு நல்லா சமைக்கராருன்னே வச்சுக்கோ. ஆனா அதுக்காக அவரையே சமைக்க வைக்கலாம்னு நெனைக்காத. ஊர் என்ன பேசும்னு யோசி? அவர வச்சு தான் குடும்பத்தோட கௌரவம் இருக்கு. சமையக்காரன் பொண்டாட்டினு பேரு வாங்கிடாத. எப்ப வேணா கிண்டல் பண்ண, அசிங்கபடுத்திப் பேச அதுவே காரணமாயிடும்"

அம்மா பொறாமையில் சொல்கிறார் என அந்நேரம் அந்த விஷயங்களை பிரேமலதா தவிர்த்திருந்தாள். ஆனால் அம்மாவின் சொற்கள் மனதின் ஒரு மூலையில் தேங்கிக்கிடந்தது. வார இறுதி நாட்களில் தனியே சமைத்து ஆதரவற்றவர்களை தேடிச் சென்று கொடுப்பது செல்வத்தின் வழக்கம். சேலத்தின் ஜவுளிக்கடையருகே இருக்கும் பச்சை குத்தும் தொழில் செய்து வரும் எளிய மனிதர்களுக்கு, கோட்டை பெருமாள் மற்றும் ஈஸ்வரன் கோயில் வாசலில் இருக்கும் பிச்சைக்காரர்களுக்கு கைப்பட சமைத்து உணவை அளிப்பார். அதிலும் குறிப்பாக ஈஸ்வரன் கோயில் யானைக்கு

தனியே கலவையான காய்கறிகளுடனான உணவை நன்கு குழைத்து கவளமாகத் திரட்டி மாதமொருமுறை கொடுப்பார். அதன் பாகனுக்கும் தனியே உணவுப்பொட்டலம். ஒவ்வொரு மாதத்தின் இரண்டாம் மற்றும் நான்காம் ஞாயிறுகளில் செல்வத்தின் வாடிக்கையான செயலாகிப்போனது. ஒரு ஞாயிற்றுக்கிழமையின் போது யானைக்கும் பாகனுக்கும் உணவை அளித்துவிட்டு செல்வமும் பிரேமலதாவும் யானையைப் பார்த்தவாறு அமர்ந்துகொள்வர். செல்வத்தின் செயலுக்கான காரணத்தை அறிய விரும்பினாள்.

“எங்கக்கா எனக்கு சமையல் சொல்லிக்குடுத்தா. அத எனக்கு வியாபாரமா மாத்த தெரில. வியாபாரம்னு வந்துட்டா லாபத்துக்காக சமையல்ல கூட கொறையோட நான் செஞ்சாகனும். அதான் விருப்பப்பட்டு இல்லாதவங்களுக்கு நல்ல உணவை செஞ்சி போடலாம்னு முடிவெடுத்தேன். அக்காக்கு கல்யாணம் ஆகிப் போனதுலருந்து இத செஞ்சிக்கிட்டு இருக்கேன். ஊர்ல இல்லாதவங்க நெறையா பேரு இருக்காங்க. ஆனா நான் செலக்டிவா இவங்களுக்கெல்லாம் குடுத்துகிட்டு வர்றேன். அதுலயும் இவங்க ரெண்டு பேரு”

யானையையும் அருகில் அங்குசத்துடன் நின்றுகொண்டிருந்த பாகனையும் சுட்டினார்.

“எனக்கு எப்பவுமே ஆச்சரியப்படுத்துற ரெண்டு ஜீவன்கள். எவ்வளவு பெரிய மிருகம். ஆபத்தானது. ஆனா அந்த கட்டத்துக்கு போகாம அதோட சந்தோஷமான ஒலகத்துலயே வச்சுக்குற இந்த எளிய மனுஷன். எப்ப இந்த யானை ஆபத்தான நெலைக்கு போயிடுமோனு பயம் எப்பவுமே மனசுக்குள்ள இருக்கும். அவங்க ரெண்டு பேருக்குள்ள இருக்குற ரகசியம் எப்பவுமே என்னைய ஆச்சர்யப்படுத்தும். யானையில்லாத பாகன என்னால என்னிக்குமே கற்பனை செஞ்சி பாக்கமுடியல”

“ஒரு யானை இல்லைன்னா கோயில் நிர்வாகம் வேறொரு யானைய குடுத்துரும்”

என்ற பிரேமலதாவின் கூற்றை கவனிக்காது அமர்ந்திருந்தார். துடுக்குத்தனமான பிரேமலதாவின் பேச்சு அதற்கு பிறகே தொடங்கியது.

“அக்கா போனதுக்கு அப்பறம் இந்த வேலைய ஆரம்பிச்சதா சொன்னீங்க. இனிமே வேணாம் மாமா. அதான் உங்க வாழ்க்கைல நான் வந்துட்டேனல. இதுக்கு செலவு செயற காசு குடும்பத்துக்கு

பயன்படும்” என்றாள். செல்வத்தின் முகம் வாடியது.

“நான் நல்லது தானே பண்றேன். கெட்டத நிறுத்தலாம். நல்லத ஏன் ?”

வீடு வந்து சேரும் வரை இருவரும் மௌனமாக இருந்தனர். முதன்முதலாக பிரேமலதா கோபப்படத் துவங்கினாள். மீதமிருந்த பாத்திரங்களை தேய்த்து கழுவும்போது பாத்திரங்கள் உருளும் சப்தத்துடன் அவளது வசைகளும் இணைந்தன.

“நல்லா சமைங்க. ஊரானுக்கெல்லாம் குடுங்க. எங்க போனாலும் சமையக்காரன் பொண்டாட்டினு என்னைய சொல்றாங்க. உங்களுக்கு சமையக்காரன்னு சொல்றது கௌரவமா இருக்கலாம். எனக்கு அப்படி இல்ல. வாத்தியார் சம்சாரம்னு ஒரு ஆள் சொல்றானா ? நீங்க வாத்தியார் வேலை தான் பாக்குறீங்கனு யாருக்காவது தெரியுமா ? இந்த தெரு முழுக்க எல்லாருக்கும் நீங்க சமையக்காரருனு தெரியும்.”

கையில் ஒரு பாத்திரத்துடன் செல்வத்தின் முன் வந்து நின்றாள்.

“எனக்குன்னு தனியா ஸ்பெஷலா என்ன செஞ்சீங்க? ஊருக்கு போடுற அதே சாப்பாட எனக்கும் போடுறீங்க. அதுக்கு நீங்க ஏன் சமைக்கணும்? நாலு வீட்டுக்கு வேலைக்கு போறவளுக்கு என்ன மரியாத கெடைக்குமோ அதே மாதிரி தான் உங்க சமையக்காரன் அடையாளமும் இருக்கு. உங்களால அத மாத்த முடியுமா ? தெனமும் காலைல எந்திரிச்சு ஸ்கூலுக்கு போறீங்களே நான் வாத்தியாருப்பா அப்படினு இந்த ஊருக்கு சொல்ல முடியுமா ?”

மீண்டும் அமைதியானபோது வீட்டிற்குள் பேரமைதி பரவியதாக எண்ணினார்.

“இனி நீங்க சமைச்சு ஒரு வாய் நான் திங்க மாட்டேன். அப்படி தின்னா அது என் வாய்க்கரிசியாத்தான் இருக்கும். நீங்க சமையல் தெரிஞ்சவர்னு தெரியாத ஒரு எடத்துல வீடு பாருங்க. சொந்தமா வாங்குற வீட்ட அப்படியான எடத்துல தேடுங்க. நிம்மதியாவாவது இருக்கலாம்”

செல்வம் தன்னுடைய பேச்சுக்களை குறைக்க ஆரம்பித்தார். சண்டை நிகழ்ந்த இரண்டொரு வாரங்களில் பிரேமலதா கருவுற்றிருந்த விஷயம் தெரிய வந்தது. பிரசவித்திருந்த காலம் முழுதும் சண்டைகளால் நிரம்பியது. அவளால் இயலவில்லை அதனால் சமைத்து நல்ல உணவைத் தரலாம் என முயன்ற போதும் பிரேமலதாவின் பிடிவாதம் முன்னுக்கு நின்றது. மூன்றாம்

மாதத்திலேயே தாய் வீட்டிற்கு சென்றாள். ஆண் குழந்தை பிறந்தது. மிகுந்த மனமகிழ்ச்சியுடன் பார்க்க வந்த செல்வத்திடம் எச்சரிக்கை விடுத்தாள்.

“என்ன ஆனாலும் இவன சமையக்கட்டுக்குள்ள விடக்கூடாது.”

அவரின் மனதுள் நீங்காத காயத்தை பிரேமலதாவின் சொற்கள் நிரப்பியது. சமையலை, செய்துகொண்டிருந்த சிறு சேவையை கைவிட்டார். அவ்வப்போது தன் கனவில் ஈஸ்வரன் கோயில் யானை வருவதாக கூறுவார். கவனிப்பாரற்று கிடக்கும் தன் கனவும் காலப்போக்கில் அவரை கைவிட்டது. புதிய வீடு வாங்கும் முயற்சி சேலத்தின் தென்மூலையில் நிறைவேறியது. கடன் சுமை தலைக்கேறியது. வீட்டு செலவுகளுக்கு பத்துவது இல்லை எனும் புலம்பல் பிரேமலதாவிடம் புதிதாகத் தொடங்கியது. கணக்கு கேட்ட சில நாட்களில் சண்டை மூண்டது. கணக்கின் சண்டையில் வெளிப்பட்ட பிரேமலதாவின் சொற்கள் மீண்டும் அவரின் கனவை சீண்டத் துவங்கியது.

“அவளோ வக்கிருந்தா சமையல வச்சு நாலு காசு பாக்க வேண்டியது தானே”

கோபத்தில் சொன்ன வார்த்தைகளை சிரமேற்கொண்டார். கேட்டரிங் ஆட்களை தேடிச் சென்று விசாரித்தார். சில இடங்களில் சமைத்து காட்டக் கூறினர். சமைத்துத் தேர்வாகி தேவைப்படும்போது அழைப்பதாக கூறினர். அவ்வப்போது சில ஆரடர்கள் கிடைத்தன. வெளியூர் ஆர்டர்களில் மட்டுமே பணி செய்ய விரும்புவதாக அனைவரிடமும் கூறியிருந்தார். சாப்பிட்டவர்கள் அனைவரும் பாராட்டினர். வேறு சில நபர்களுக்கு பரிந்துரைத்தனர். செல்வத்தின் மீது, அவரது கைப்பக்குவத்தின் மீது பலருக்கு நம்பிக்கை ஏற்பட்டது.

செல்வம் அன்றாட தொழில் தாண்டி செய்யும் சமையல் வேலைக் குறித்த தகவல்கள் சொந்தக்காரர்களிடம் பரவியது. செல்வத்தின் மூத்த அண்ணன் அறிவரசுவின் மூத்த மகன் திருமணத்திற்கு சமைத்து தர வேண்டும் என்று கேட்டபோது செல்வத்திற்கு முன்பே முடியாது என்று பிரேமலதா பதிலளித்தாள். காரணத்தை கேடக்கும் முன்னர் அவளே கூறினாள்.

“சொந்தத்தம்பிக்கு கௌரவமான எடத்த நீங்க குடுக்கணும். மணமேடைல தான் சித்தப்பனுக்கு கௌரவம் இருக்கும். ஊரான் சாப்பிடுற சமையக்கட்டுல இல்ல”

செல்வம் சங்கடப்பட்டான். ஆனால் தன் அக்கா பொன்னியின் இளைய மகள் திருமணம் பிரிவின் வேறொரு பரிணாமத்தையும் செல்வத்தின் தனிமை வாசத்தையும் திறக்க போதுமானதாய் அமைந்தது. இரு அண்ணன்களும் வர மாட்டேன் என்று கைவிட்ட பிறகு செல்வத்திடம் வந்திருந்தாள். பிரேமலதா கூறும் அத்தனை கௌரவங்களையும் அளிப்பதாக கூறினார். நல்ல விலையில் பட்டுத் துணிகள் கிடைக்க ஏற்பாடு செய்தாள். திருமணத்திற்கு முந்தைய நாள் பிரேமலதாவின் சொற்கள் ஆச்சரியத்தை அளித்தது.

“நாளைக்கு போக வேணாம் மாமா. அவங்க என்ன செஞ்சாங்கனு நாம போய் நிக்கறதாம்? வீட்டு கடன்ல உதவுனாங்களா? பையன் பொறந்தப்ப பாக்க வந்தாங்களா? கொறஞ்சபட்சம் வருஷத்துக்கு ஒரு போன் பண்ணாங்களா? எதுவும் இல்ல ஆனா தாய் மாமன் இல்லாத கல்யாணம் மேடைல அசிங்கமா இருக்கும்னு இப்ப தொங்கவிட்டுகிட்டு பட்டு பொடவை தர்றேன், ஏசி ரூமு இப்படி கௌரவப்படுத்தறேன்னு வந்து நிக்கறாங்க. இதப்பாரு அவளுக்கு அவ கௌரவம் முக்கியம்னா எனக்கு என் குடும்பம். யாரும் வரல நீயாவது வானு கூப்பிடறது கௌரவம் இல்ல. புரிஞ்சிக்கோ! மீறி போறதா இருந்தா நீ மட்டும் போய்ட்டு வா”

செல்வம் முதன் முதலாக பிரேமலதாவின் வாதத்தை ஆராய்ந்தார்.

“பைத்தியம். சுத்த பைத்தியம் நீ. ஒண்ணும் இல்லாம நிக்கப்போற பார் நீ.”

என்று கடுஞ்சொல் கூறினார்.

“யார் நிக்குறான்னு பாப்போம். இப்படியே ஊருக்குனு இருந்தா நீ தான் நிப்ப. அனாதைப்பொணமா தான் போவ”

அன்று முதல் எப்போதும் செல்வத்திற்குள் அந்த சொல் ரீங்கரித்துக்கொண்டிருந்தது. சனி ஞாயிறுகளிலும் வீட்டிலில்லாது எங்கேனும் சென்று விடுவதை வழக்கமாக்கிக்கொண்டிருந்தார். தன்னை வெளியில் எங்கும் அழைத்து செல்லவில்லை என்று சில நாட்கள் சண்டைகள் மூளும். கண்டுகொள்ளாதவராக அமைதியாக இருந்தார். இதற்கிடையில் மகன் கஜேந்திரனின் நண்பர்கள் மூலம் செல்வம் ஒரு சமையல்காரர் எனும் தகவல் பரவியது. அறுபட்ட அடையாளம் மீண்டும் துரத்துவதாய் பிரேமலதா வருந்தினாள். பிரேமலதாவின் பூர்வீகச் சொத்தை பிரித்தவுடன் கிடைத்த தொகையை கடனடைக்க செலுத்தியிருந்தனர். அதனால் வீட்டுக்கடன் முடியும் தருவாயில் இருந்தது. அதைக் காரணம் காட்டி

சமையல் வேலைக்கு செல்வதை நிறுத்தச் சொன்னாள். எப்போதும் போலல்லாமல் இம்முறை செல்வம் நிராகரித்துவிட்டார்.

“என்னால விட முடியாது. உனக்கு புரியறா மாதிரி சொல்லணும்னா அதுவும் ஒரு கௌரவமான வேலை தான்.”

தினம் தினம் சண்டைகள் நீண்டன. கஜேந்திரன் வீட்டினுள் தனித்துவிடப்பட்டான். அப்பா அமைதியாக இருந்தவரை சீக்கிரம் முடிந்த சண்டைகள் இருவரும் பேசத் தொடங்கியவுடன் வீடு கூச்சல் களமானது.

செல்வத்தின் அப்பா அப்போது வீட்டிற்கு வந்திருந்தார். சில சண்டைகளை ஜாடை மாடையாக அவரால் உணர முடிந்தது. சில விஷயங்களை தாத்தாவிடம் கஜேந்திரன் சொல்லியிருந்தான். அவரும் செல்வத்தின் கையால் ஒருமுறையேனும் சாப்பிட வேண்டும் என தன் விருப்பத்தை பேச்சுவாக்கில் பகிர்ந்தார். அந்த இரவு அதுவே பிரச்சினையின் பேசுபொருளானது.

“ஏன் அந்தாளு மருமக கையாள சாப்பிட மாட்டாரா? வயிரெறிஞ்சு சொல்றேன் நீ என்னிக்கு அந்தாளுக்கு சாப்பாடு குடுக்கிறியோ, நீ குடுக்குற அந்த சாப்பாடு வெஷமாத்தான்போகும்!”

பிரேமலதாவின் வாக்கு பலித்தது மனமுடைந்து போனார். பேசிய சொற்ப சொற்களையும் குறைத்துக்கொண்டார். கற்சிலை போல வீட்டினுள்ளேயே முடங்கினார். காலங்கள் ஓடின. அவரின் ஆதார மௌனத்தை பிரேமலதாவால் தாங்கிக்கொள்ளமுடியவில்லை. எல்லாவற்றையும் சண்டைக்கான காரணமாக பார்க்கும் அவளின் கண்களுக்கு செல்வத்தின் மௌனமும் காரணமானது.

“இப்படியே மௌனமா இருந்தா நான் அத எப்படி எடுத்துக்கறது? ஏதோ நீங்க சமச்சதுல நான் வெஷத்த கலந்துட்டா மாதிரி உன் சொந்தக்காரங்க பேசுவாங்க. நீ அமைதியா இருந்து அந்த கெட்ட பேரையும் எனக்கு வாங்கிக்குடுத்துருவ”

அவளது கோபத்தை இடைமறித்து கத்தினார்.

“நீ செஞ்சாலும் செஞ்சிருப்ப”

சண்டை முற்றியது. முதன் முதலாக செல்வத்தை அறைந்தாள். கடைசி சண்டை வரையில் நினைவுகள் புரண்டன. மகிழ்ச்சியாக இருந்த தருணங்களை முற்றாக மறந்திருந்தாள்.

அந்த இரவில் பிரேமலதா அனைத்தையும் நினைத்து விசும்பினாள். பேராசைகளுக்கு தீனிபோட நினைத்து பலரை இழந்துவிட்டோம் என தன் மீதே குற்றம் சுமத்திக்கொண்டு அழுதாள். கடைசியாக செல்வத்தை பார்த்த தினமும் நினைவில் எழுந்தது. மூன்று மாதங்களுக்கு முன்னர் செல்வம் பிரேமலதாவைத் தேடி அவளது அண்ணன் வீட்டிற்கும் அதன் வழி தகவலறிந்து இந்த இல்லத்திற்கும் வந்திருந்தார். நரையோடிய கேசம். சுருக்கங்கள் விழத் துவங்கியிருந்த முகமும் லட்சணமாக தென்பட்டது. கைவசம் ஒரு பை வைத்திருந்தார். அதிலிருந்து கத்தையான தாள்களை எடுத்து நீட்டினார்.

“கஜேந்திரன் ரொம்ப கஷ்டப்படறான். அவனுக்கு எதிர்காலத்துல தேவைகள் இருக்கும்.”

வாங்கி வாசித்தபோது அது விவாகரத்து பத்திரம் எனபதை அறிந்துகொண்டாள். மறுபேச்சின்றி கையெழுத்திட்டாள். கடைசியாக சொத்தில் தனக்கு பங்கில்லை என்பதற்கேற்ற விடுதலைப் பத்திரம் ஒன்றையும் அவர் எழுதி கொண்டு வந்திருந்தார். அதை வாசிக்கச் சொல்லி பின் சார்பதிவாளர் அலுவலகத்தில் இரண்டு வாரம் கழித்து வர முடியுமா என்று கேட்டார். அனைத்திற்கு சம்மதம் சொல்லி சார்பதிவாளர் அலுவலகத்தில் விடுதலைப்பத்திரத்தில் கையெழுத்து அளித்தார். பிரிந்து செல்லும்போது பிரேமலதாவை அழைத்தார். கைவசம் இருந்த பையைக் கொடுத்தார்.

“உனக்கும் பங்கு இருக்கு. நீயும் என்னால நெறயா கஷ்டப்பட்ருக்க”

சொல்லிவிட்டு விடைபெற்றார். கைவசம் அளித்த பையில் வெள்ளிச் சாமான்களும், சிறுகச் சிறுக சேமித்து வாங்கிய தங்க நகைகளும் இருந்தன. அவளது தாலியும் அதனுள் இருந்தது. விடைபெறும் முன்னர் இவற்றை மாற்ற முடியுமா என கடந்தகாலத்தை மீட்ட விரும்பி கேட்டாள். செல்வம் தெளிவுடன் பதிலளித்தார்.

“திரும்பவும் வாழறது ரொம்ப எளிமையானது. உன்னோட சொற்கள மறக்கறது தான் கஷ்டம்! உன்மேல எனக்கு இருக்கறது பயம். பயம் இருக்கற எடத்துல பாசம் இருக்கவே முடியாது! வாய்ப்பு கெடச்சா நல்ல நண்பர்களா இருப்போம் பிரேமா.”

அன்புவிடமிருந்து வந்த அழைப்பு தெரிவித்த தகவலில் பிரேமலதா கூனிக்குறுகிப்போனாள். தன் பேராசைகள் அத்தனையும் யாருக்கானது, எதை நோக்கியது எனும் கேள்விகளுள் பதிலற்று சிக்கிக் கொண்டாள். காரணமற்று அதுநாள் வரை செய்த செயல்களைப்

போலவே அன்றும் செல்வம் கொடுத்த நகைப்பையை அன்புவிடம் ஒப்படைத்தாள்.

"கஜேந்திரன் கிட்ட குடுத்துருப்பா. எப்படியாவது உதவும் அவனுக்கு. அங்க வர்ற தைரியம் எனக்கில்ல"

இறுதியாக கூறிய சொற்கள் உடல் முழுக்க நடுக்கத்தை அளித்தன. விடியலின் விளிம்பில் இருந்த இரவின் சாட்சியாக அவளது கண்ணீர் வற்றிப்போனது. அவளின் உடல் முழுக்க மௌனம் வியாபித்திருந்தது.

14

செல்வத்தின் வீட்டிற்கும் அன்புவின் வீட்டிற்கும் இடையில் இருக்கும் மதிற்சுவரில் கொல்லைப்பக்கமாக இரண்டு குவளைகளில் தேநீரைக் கோமளா வைத்துச்சென்றாள். குடித்து முடிக்கவும் அன்பு பேசி வைத்திருந்த, அருகிலிருந்த கோவிலின் குருக்கள் வரவும் நேரம் சரியாக அமைந்தது. வந்தவர் இருவரிடமும் வணக்கம் வைத்துவிட்டு செல்வத்தின் உடலைப் பார்த்தார். “நல்ல மனுஷன்” என்று அங்கலாய்த்தார். பின் அன்புவிடம் தன் வேலையைப் பற்றிப்பேசினார்.

“தம்பி எனக்கு ஒண்ணு புரியல. பொதுவா இவா இந்த மாதிரி காரியத்துக்கு எங்கள கூப்பிட மாட்டாளே!”

அன்பு இடைமறித்தான்.

“வீட்ல பெரியவங்க யாராவது இருந்தா சொல்லுவாங்க என்ன என்ன செய்யணுமின்னு. எங்களுக்கு தெரியல. நீங்க பொதுவா வழிமுறைய சொல்லிட்டீங்கனா அவன் செஞ்சிடுவான்”

எளிமையான காரியம் செய்துமுடிக்க இரண்டாயிரம் ரூபாய் விலைபேசினான். கஜேந்திரனின் முகம் சந்தேகத்தில் பார்த்தது. பார்த்தும் பார்க்காததுபோல் அந்தப் குருக்கள் தொடர்ந்தார்.

“கடன வாங்கி ஒரு மனுஷாளோட கடைசி காரியத்த செய்யக்கூடாது. அதே நேரம் கையில காசு இருந்தும் மனுஷாளுக்கு காரியம் செய்யாம இருக்கக்கூடாது. மரணத்துல எல்லா வகையான கடனும் பாவம் தான். கடைசி காரியம்னு நான் சொல்றது

அவங்களுக்கு தேவையான வெடி, டிரம்ஸ் இப்படி எதுவா வேணா இருக்கலாம்."

அதிகம் விவாதத்திற்கு செல்லாமல் தகவலை மட்டும் கேட்டறிந்தனர். பத்து மணிக்கு வருவதாக சொல்லிக் கிளம்பினார். வருவதற்குள் செய்ய வேண்டிய விஷயங்களையும் சொல்லி—யிருந்தார். காலை நடைபயிற்சிக்கு செல்லும் அந்தத் தெருவாசிகள் வீட்டை கடக்கும்போதெல்லாம் செல்வத்தை ஒரு முறை திரும்பி பார்த்து சென்றனர். குருக்கள் சொன்ன வேலையை செய்யும்போது மட்டும் கதவை அடைத்தான். ஐஸ் பெட்டியை தூக்கி அருகில் வைத்தனர். செல்வத்தின் மணம் கசிந்தது. கஜேந்திரன் கசப்பின் வாசம் வருவதாக உணர்ந்தான். ஆடைகளைக் களைய ஒவ்வொரு பொத்தானாக கழற்றும்போது அருகாமைக்கு செல்ல நேர்ந்தது. கசப்பின் நெடி வீசியது. அன்புவின் முகம் எவ்வித சுழிப்புக்கும் உள்ளாகாமல் இருப்பதைக் கண்டு கசப்பு தன்னிலிருந்து வெளிப்படுவதா என சந்தேகம் கொண்டான். ஆடைகளைக் களைவதற்கு அவரைத் தூக்கும்போது அவரது கனத்தை இருவரும் உணர்ந்தனர். நிர்வாணமாக படுத்திருந்தார். குருக்கள் புதிய ஆடையை அணிவிக்கச் சொல்லியிருந்தார். கஜேந்திரனிடம் சொல்ல பீரோவை நோக்கிச் சென்றான். மீண்டும் திருடியதன் நினைவுகள் அச்சுறுத்தின. அப்பாவின் மொத்த வாழ்க்கையை ஓர் இரவில் அசைபோட்டாலும் தன்னை துரத்திக்கொண்டிருக்கும் திருடன் எனும் நினைவு எப்போதும் முதன்மைப் பெறுகிறது என்பதை எண்ணி வருந்தினான். தனக்குள் யார் அதை நினைவூட்டிக்கொண்டே—யிருப்பது என்று கற்பனையில் கோபம்கொண்டான். நடுக்கத்தையும் அச்சத்தையும் கட்டுப்படுத்திக்கொண்டு திறந்தான். ஒரு அடுக்கில் அவருடைய அனைத்து துணிகளும் சீராக அடுக்கப்பட்டிருந்தன. அவை அனைத்தும் அவர் பயன்படுத்தியிருந்த துணிகள் என்பதை தீண்டுகையில் உணர்ந்தான். மற்றொரு அடுக்கில் சில தாள்கள் இருந்தன. மற்றொன்றில் புதிய ஆடைகள் பிரிக்கப்படாமலும் அருகில் ஒரு பெரிய பையும் இருந்தது. பையை பிறகு பார்க்கலாம் என்றெண்ணி புதிய ஆடைகளை மட்டும் எடுத்து வந்து பிரித்தான். தண்ணீரை எடுத்துவந்து துணியை நனைத்து பிழிந்து ஒத்தடம் கொடுப்பதுபோல் குளிப்பாட்டினான். உடல் பாறாங்கல்லாய் விரைத்துக்கிடந்தது. சீயக்காய் கொண்டு தலையைக் கழுவினான். எவ்வளவு கட்டுப்படுத்த முயன்றும் கண்ணீர் தாரை தாரையாய் பெருக்கெடுத்து ஓடியது. மனதார மன்னிப்பை கோரிக்கொண்டே பணிகளைச் செய்தான். உன்னை மன்னித்துவிட்டேன் என்று கற்பனையில் நினைத்து

தன்னை சமாதானப்படுத்திக்கொள்ள விரும்பினான். அவரது குரல் நினைவில்லையே என்று மீண்டும் மீண்டும் வருந்தினான். துணியால் முழுதும் துடைத்தான். அனைத்தையும் செய்து முடிக்க கால் மணி நேரத்திற்கும் மேலானது. மீண்டும் அப்பாவைத் தூக்கி புதிய ஆடைகளை மாற்றினான். ஆடைகளை மாற்றி முடிக்கும்போது அன்புவிற்கும் கஜேந்திரனுக்கும் மூச்சிறைத்தது.

“யானை மாதிரி இருக்காரு” என்றான் கஜேந்திரன்.

கஜேந்திரனின் கூற்றுடன் செல்வத்தை அன்பு பார்த்தான். ஒல்லியான தேகம். சன்னமான மீசை. யானையின் உருவாக்கம் முரண்பாடாக அமைந்திருந்தது. மனசளவில் அவர் யானை தான் என தன்னை சமாதானப்படுத்தினான்.

பத்து மணியளவில் முந்தைய தினம் சொல்லியிருந்த ஆம்புலன்ஸ்காரரும் வந்திருந்தார். கோமளா, வெற்றி, மணிகண்டன் ஆகியோரும் வந்து செல்வத்தை வணங்கினர். கோமளா வாசலிலேயே நின்றுகொண்டாள். அன்புவிற்கு ஆச்சரியமாய் அமைந்தாலும் மனதிற்குள் இனம் புரியாத நம்பிக்கை ஒன்றை அந்த செயல் உணர்த்தியது. தெருவோர் மொட்டை மாடியிலிருந்தும் மெத்தை வீடு கட்டியவர்கள் பலகணியிலிருந்தும் வேடிக்கைப் பார்த்தனர். இடையில் அன்பு கஜேந்திரனைத் தனியே விட்டுவிட்டு மாலை வாங்கி வரச் சென்றான். வீட்டின் வாசலில் கோமளா துணைக்கு நின்றாள்.

கஜேந்திரன் பீரோவின் கதவை சாத்த மறந்திருந்தான். அதை மூடும்போது புத்தாடை எடுத்ததன் அருகில் இருந்த பையை கவனித்தான். சுருக்கமாக இருந்த மஞ்சப்பை. விரித்துப் பார்க்கையில் அம்மா அணிந்திருந்த நகைகள் அனைத்தும் அதில் இருந்தன. மிகுந்த குழப்பத்திற்குள்ளானான். வீட்டிலிருந்து பிரிந்து போகையில் அம்மாவிடம் அனைத்து நகைகளுமே இருந்தன என்பதை துல்லியாக நினைவுகூர்ந்தான். கையை விட்டுக் கிளறுகையில் தாலியைத் தவிர அனைத்து நகைகளும் அதில் இருந்தன.

அம்மா வந்திருந்தாங்களா ?

யாருமே வராத இறுதி சடங்கில் அம்மா வந்திருந்தால் நிச்சயம் பார்த்திருக்க முடியுமே? தன்னையும் அன்பையும் மீறி எப்படி வந்து இந்த நகைகளை வைத்திருக்க முடியும்?

முந்தைய தினம் பீரோவைத் திறக்கையில் இந்த மஞ்சள் நிற முடிச்சுப்பை அங்கிருந்ததா என நினைத்துப் பார்த்தான். ஆனால்

சரிவர நினைவில் எதுவும் வரவில்லை. யாரிடம் இந்தத் தகவலைக் கேட்பது என்பதும் தெரியாமல் விழித்தான். அப்பாவிற்கு அருகிலேயே அமர்ந்துகொண்டான். அவரது முகத்தை உன்னிப்பாகப் பார்த்தான். எத்தனை குழப்பங்கள்? தவிர்த்திருக்க வேண்டிய விஷயங்கள் தான் எத்தனை? கண்ணீர் கசிந்தது. சிறுவயதுமுதல் பார்த்த அப்பாவின் முகத்தை முன்நிற்கும் முகத்துடன் ஒப்பு நோக்கி நினைவுகொண்டான். சிறுவயது முதல் தன்னை அழைத்த, திட்டிய, கொஞ்சிய குரலை யோசிக்க நினைத்தான். ஒன்றும் நினைவில் வராமல் துடித்தான். தன்னை இப்படி தான் அப்பா அழைப்பார் எனபதையும் அவனால் நினைவில் கொணரமுடியவில்லை. சற்று சத்தமாகவே அப்பாவிடம் கூறினான்.

"மன்னிச்சிருப்பா"

குருக்களும் அன்புவும் வந்திருந்தனர். மாலையை அணிவித்து அலங்கரித்தனர். குருக்கள் ஏதோ ஒரு மந்திரத்தை பொதுவாம்சமாக ஓதினார். பின் ஆம்புலன்ஸ் ஓட்டுனரும், அன்புவும் ஒரு பக்கம் தூக்க, கஜேந்திரன் ஒற்றை ஆளாக மறுபக்கம் அப்பாவைத் தூக்கி ஆம்புலன்ஸில் ஏற்றினர். அப்பாவின் அருகிலேயே அமர்ந்துகொண்டான். அனிச்சை செயலாக கோமளா வீட்டின் வாசலை, கதவைச் சாத்தினாள். அன்புவும், கஜேந்திரனும் செல்வத்துடன் எரிகிடங்கிற்கு சென்றனர். அன்புவிடம் கஜேந்திரன் தன் கால்சராய் பாக்கெட்டிலிருந்து ரூபாய்த் தாள்களை எடுத்துக் கொடுத்தான்.

"ஒவ்வொண்ணுத்துக்கும் எவ்வளவு செலவுன்னு எனக்கு தெரில. நீங்க நெறையா ஹெல்ப் பண்றீங்க. இத எல்லா செலவுக்கும் வச்சுக்கோங்க. கடைசியா கணக்கு பாத்துக்கலாம்."

மறுபேச்சின்றி அன்புவும் வாங்கி வைத்துக்கொண்டான். எரிகிடங்கிற்கு செல்லும் வரை கடைசியாக ஒருமுறை எனும் சொல் மனதுள் ஊசலாடிக்கொண்டே இருந்தது. இத்தனை நாள் வசித்து வந்த தெரு கொஞ்சமும் கரிசனமின்றி அவரை வேடிக்கைப் பார்த்தது கஜேந்திரனுக்குள் பெரும் கோபத்தைக் கிளப்பியது. யாரையும் காயப்படுத்தாத ஒரு மனிதன் விடைபெறும்போது தெரு கொடுக்கும் அமைதி மிகக் கொடுமையானதாக இருந்தது. அப்பாவின் முகத்தையே பார்த்துக்கொண்டு வந்தான். அப்போதைக்கு அவனுக்கு தேவை செல்வத்தின் குரலாக மட்டுமே அமைந்தது. ஒருமுறை தன்பெயரையோ அல்லது ஏதொன்றையோ அவர் பேசிவிட்டால் வாழ்நாள் முழுக்க அப்பா தன்னுடன் பேசிக்கொண்டிருக்க

கற்பனையில் உதவும் என ஏங்கினான். காலம் அவனிடம் குரலைத் தவிர அனைத்து நினைவுகளையும் கொடுத்திருந்தது. எரிகிடங்கை அடைந்தனர்.

எரிகிடங்கில் முன்பு எழுதி கொடுத்த ரசீதைக் கேட்டனர். சட்டைப்பையிலிருந்து அன்பு எடுத்து நீட்டினான். சில தாள்களில் கஜேந்திரனிடம் கையெழுத்து வாங்கினர். ஆட்கள் அதிகம் வரவில்லை என்பதால் கொரோனாவா என விசாரித்தனர். அன்புவிற்கு அந்த கேள்வி சங்கடமானது. முந்தைய தினம் பார்த்த சடலத்தின் நினைவும் வந்து சென்றது. நூறு ரூபாய் கேட்டனர். கொடுத்தான். ஏற்கனவே எரிப்பதற்கான இடம் சூடாக தகித்துக்கொண்டிருப்பதாக அறிவித்தனர். செல்வத்தை மெதுவாக தூக்கி வந்து கிடத்தினர். உள்ளே தள்ளக் காத்திருந்தவன் ஏதேனும் காரியங்கள் பாக்கி இருக்கின்றனவா என விசாரித்தான். மறுத்தவுடன் மெதுவாக உள்ளே தள்ளினர். கஜேந்திரன் நெருப்பிற்குள் செல்வம் செல்லும் வரை இமைகொட்டாமல் பார்த்துக்கொண்டே இருந்தான். செல்வத்தின் புன்னகை தீக்குள் செல்லும் வரையில் அழியாமல் இருந்தது. எத்தனையாயிரம் கேள்விகளுக்கு இந்த புன்னகை பதிலாக அமைந்திருக்கிறது என்றெண்ணினான். அந்த புன்னகை தன்னுள் நீங்காத இடம்பிடித்திருப்பதை உணர்ந்தான். ஆனால் அதிகம் தவிர்க்க விரும்பும் காட்சியாகவும் அவருடைய புன்னகையே அமைந்திருந்தது. கால் பகுதி உள்ளே நுழையவிருக்கும்போது அன்பு திரும்பி வாசல் பக்கம் பார்த்தான். எப்போதும் வந்து எதையாவது உளறும் பைத்தியம் அப்போது வரவில்லை. முழுதாக தீக்குள் செல்வம் சென்றபின் கஜேந்திரனை அழைத்துக்கொண்டு வாசலுக்கு வந்தான். காத்திருந்த குருக்கள் பணத்தைப் பெற்றுக்கொண்டார்.

“மொட்டை போட்ருங்கோ. அப்பறம் அவா குடுக்குற ஹஸ்திய, அதாவது சாம்பல ஆத்துல கரைச்சிருங்கோ”

என்று சொல்லிவிட்டு கிளம்பினார். முன்னிருந்த மரத்தருக்கில் அன்புவும் கஜேந்திரனும் தனித்து நின்றுகொண்டிருந்தனர். அப்பாவின் உடல் தீக்கிரையாகிப் புகையாகிக்கொண்டிருந்தார். கஜேந்திரனுக்கு மொட்டையடிக்க அருகில் இருக்கும் சலூனுக்கு அன்பு அழைத்து சென்றான். வாசலில் முக்காடிட்டு ஒரு பெண்மணி அந்த புகையையே பார்த்துக்கொண்டிருந்தாள். அவள் முகத்தைப் பார்க்க திரும்பவிருந்த தருணத்தில் கணீரென கேட்ட குரலில் இருவரும் திரும்பினர். பைத்தியம் எரிக்கிடங்கிற்குள் நுழைந்துகொண்டிருந்தது. பைத்தியத்தைப் பார்த்தவுடன் அன்புவிற்கு சடங்கு நல்ல முறையில்

முடிந்ததான ஒரு திருப்தி. எப்போதும் பிணத்தைப் பார்த்து ஏதேனும் உளறும் பைத்தியம் கஜேந்திரனை மேலும் கீழும் பார்த்துவிட்டு பின் மேகங்கள் நோக்கி நகரும் புகையைப் பார்த்து பாடிக்கொண்டே கடந்து சென்றது.

"மாதா உடல் சலித்தாள், வல்வினையேன் கால் சலித்தேன், வேதாவும் கைசலித்துவிட்டானே"

அதற்கு பிறகு பைத்தியம் பேசுவதை இருவராலும் கவனிக்க முடியவில்லை.

சிரைத்து முடிக்கும் வரையில் தான் அதுவரை கேட்ட அத்தனை குரல்களையும் நினைவூட்டிக்கொண்டான். மிகச் சமீபமாக கேட்ட பைத்தியத்தின் குரலைக் கூட நினைவுகூர முடிந்தது. அனைத்து சோகங்களையும் கடந்து அப்பாவின் குரலை நினைவில் மீட்க முடியாதது பெரும் சோகமாக அமைந்தது. மொட்டையுடன் மீண்டும் எரிகிடங்கிற்கு திரும்பினர். மதியம் பன்னிரெண்டரை மணி வெயில் தகித்தது. இன்னமும் ஒன்றரை மணி நேரம் ஆகும் சாம்பலைத் தருவதற்கு என்று எரிகிடங்கின் பணியாள் தெரி—வித்தான். அன்புவும் கஜேந்திரனும் மரத்தினடியில் காத்திருக்கத் துவங்கினர். கஜேந்திரனின் பார்வை அப்பாவின் புகையில் நிலைகுத்தி நின்றிருந்தது.

15

கருமேகங்கள் திரண்டன. அதுவரை தகித்துக்கொன்டிருந்த சூரியனின் தடம் காணாமல்போயிருந்தது. எரிகிடங்கின் பணியாள் சின்னதொரு மண்சட்டியை எடுத்துவந்தான். கஜேந்திரனின் கைகளில் கொடுத்துவிட்டு விடைபெற்றான். எடை இல்லை. லேசான சூடு இருந்தது. கைவசம் வந்தவுடன் தற்செயல் நிகழ்வாக மழை பெய்யத் தொடங்கியது. கையிலிருந்த சாம்பல் மழையில் நனையாத வண்ணம் கைக்குட்டையை வைத்து அதன் வாயை மூடினான். தன் உடலை வைத்து மறைத்துக்கொண்டான். மரத்தடியில் சென்று நின்றுகொண்டான். கால் மணி நேரத்திற்குள் கனத்த மழை பெய்து ஓய்ந்தது. வேறொரு பிணத்திற்காக வந்திருந்தவர்களுள் ஒருவர் மழைக்காக அம்மரத்தடியில் ஒதுங்கினார். கஜேந்திரனின் கைகளில் இருந்த சின்னப் பானையை கவனித்தார். வானத்தை அண்ணாந்து பார்த்து “எல்லாம் ஆசிர்வாதம்” என்றார். புன்னகையுடன் அன்புவும் கஜேந்திரனும் வீடு நோக்கி நடந்தனர்.

இத்தனை ஆண்டு கால வாழ்க்கை எடையற்றதாக, பிடி சாம்பலாக மாறும் என்பதை அவனால் அப்போது ஏற்றுக்கொள்ளமுடியவில்லை. கைவசமிருந்து அப்பாவை என்றும் விட்டு விடக்கூடாது என ஏங்கினான். மனதிற்குள் தன் எண்ணங்கள் நாடகீயமாக இருக்கிறது என்றுணர்ந்தாலும் அதை அப்போது விரும்பவே செய்தான். இந்த சாம்பலை வாழ்நாள் முழுக்க தன்னுடனேயே வைத்துக்கொள்ளலாமா என்றெண்ணினான். எண்ணம் தோன்றிய அதே நேரம் அன்பு சாம்பல் குறித்து எச்சரிக்கை விடுத்தது நினைவு வந்தது.

“பத்திரமா, முடிஞ்சவரைக்கும் சீக்கிரமா ஆத்துல கரைச்சிடனும். இதுல எறந்தவங்களோட கோபம் இருக்கும்னு சொல்லுவாங்க. சீக்கிரமா பிளான் பண்ணு. கூட வேணா நானும் வர்றேன்”

யோசிக்க சிறிது நேரம் வேண்டும் பின் சொல்கிறேன் என்று மட்டும் பதிலளித்தான். சாலைகள் நனைந்திருந்தன. வெ—யிலுக்கிடையில் இதமான காற்று வீசியது. பெய்திருந்த மழையின் நினைவுடன் காற்று சில்லென்றிருந்தது. வீடடையும்போது அன்பு விடைபெற்றுக்கொண்டான். அப்போது செலவீனங்களுக்கான கணக்குகளை கூறினான்.

“அப்பாவ செக் பண்ண டாக்டர் ஒரு ஐநூறு, க்ரீமட்டோரியத்துல மொத்தமா ஆறுநூறு, ஷாமியானா ரெண்டாயிரத்தி ஐநூறு, டீ சாப்பாடு சொல்லியிருந்தேன் அது ஒரு இருநூறு, ஐஸ் பாக்ஸ் நாலாயிரம், பூசாரிக்கு ரெண்டாயிரம் தம்பி. மீதி இருநூறு ரூபாய்”

கணக்குகளில் கவனமற்றவனாக நின்றான். சொல்வதை ஏற்று மீதம் என கொடுத்ததை பெற்றுக்கொண்டான்.

“உங்களுக்கு எப்படி தேங்க்ஸ் சொல்லுவேன்னு எனக்கு தெரியலண்ணா. அவரோட கடைசி காலத்துல ஒரு பையன் என்ன செய்யனுமோ அத நீங்க செஞ்சிருக்கீங்க”

கஜேந்திரனை மேற்கொண்டு பேசவிடாமல் இடைமறித்தான்.

“பெரிய மனுஷன் மாதிரி பேசிக்கிட்டு இருக்காத. ஆக வேண்டியதப் பாரு. எந்த ஹெல்ப்னாலும் கால் பண்ணு. இந்த ஊர்ல யாரும் இல்லைனு நெனச்சுக்காத”

அன்பு விடைபெற்றுக்கொண்டான். வீட்டிற்குள் நுழையும்போது ஷாமியானா எடுப்பதற்கான ஆட்கள் வந்திருந்தனர். யாருமே அமராத ஷாமியானாவும் நாற்காலிகளும் எடுத்து செல்லப்பட்டுக்கொண்டிருந்தன. அதைப் பார்க்கும்போது ஒருவரேனும் வந்திருக்கலாம். குறைந்தபட்சம் அம்மாவாவது வந்திருக்கலாம் என கவலையுற்றான். அத்தனை முறை அழைத்தும் ஒருமுறை கூட அம்மா அழைப்பை எடுக்கவில்லை. இடைவெளி விட்டு அழைத்து பார்த்ததில் அலைபேசி அணைக்கப்பட்டு இருந்தது. யார் மீதான வன்மம்? இருப்பவர் மீதா? இறந்தவர் மீதா? எத்தனைக் கேள்விகளை சுமப்பது என கவலையோடு வீட்டிற்குள் நுழைந்தான். வாங்கி வைக்கப்பட்டிருந்த தேநீரும் சாப்பாடும் சுவை நீங்கிக் கிடந்தன. சாப்பாடு துர்நாற்றம் வீசத் துவங்கியிருந்தது.

வீட்டின் இரண்டாவது படுக்கையறையில் பிள்ளையாரின் புகைப்படமொன்றிருந்தது. அதனடியில் அப்பாவின் சாம்பலை வைத்து வணங்கினான். மீண்டும் குளித்தான். நன்கு துடைத்துவிட்டு அப்பாவின் சாம்பலுக்கு முன் அமர்ந்தான். மனதில் ஓடிக்கொண்டிருக்கும் அத்தனைக் கேள்விகளுக்கும் இடையில் அப்பாவின் புன்னகை சாம்பலைப் பார்க்குந்தோறும் உணரமுடிந்தது. சென்னை செல்வதன் தேவையை யோசித்தான். இனி இந்த வீட்டில் தனக்கென என்ன வேலை இருக்கிறது? திருடன் எனும் அடையாளத்தில் இதே வீட்டில் தங்க முடியுமா? வீடு தனக்கு திரும்பத் திரும்ப தருவதெல்லாம் திருடன் எனும் அடையாளத்தையும் அப்பாவைக் கவனிக்கவில்லை எனும் குற்றவுணர்ச்சியையும் மட்டும் தான்.

மனம் வீட்டை விட்டு வெளியேற மட்டுமே நினைத்தது. அன்பு சொன்ன பூலாம்பட்டிக்கு சென்று சாம்பலைக் கரைத்துவிட்டு சென்னைக்கு கிளம்பலாம். நள்ளிரவில் சென்னை சென்றுவிடலாம் என திட்டம் வகுத்தான். தயாராவதற்கு எழுந்துகொண்டான். அந்த அறையிலேயே வேறொரு சட்டையை எடுத்து அணிந்துகொண்டான். பசியும் தாகமும் வயிற்றைச் சுரண்டியது. சமையலறையிலிருந்து மைசூர்பாக்கை எடுத்து வந்து சாம்பலுக்கு முன் அமர்ந்துகொண்டான். அன்று மட்டும் அந்த அறையில் அமர்ந்துகொள்வது அவனுக்கு பிடித்தமானதாக இருந்தது. எறும்புகள் மொய்க்க துவங்கியிருந்தன. ஊதிவிட்டு சாப்பிட்டான். லகுவாக கரைந்து ருசி ஏறியது. சமைக்கும்போது அப்பாவின் முகத்தில் தென்படும் மகிழ்ச்சியை உண்ணும்போது உணர்ந்தான். நன்கு நீரைப் பருகினான். கழிவறை, கொல்லைபுறம் என அனைத்து கதவுகளையும் பூட்டினான். முதல் படுக்கையறையில் வைத்திருந்த தன்னுடைய பையை சரி செய்து அடுக்கினான். எதையும் விட்டுவிடக்கூடாது எனும் முனைப்பில் அனைத்தையும் சரிபார்த்துக்கொண்டான். அதே அறையில் இருந்த அப்பாவின் சிறிய புகைப்படமொன்றை எடுத்து தன்னுடைய மணிபர்சில் வைத்துக்கொண்டான். சாம்பலை எடுத்துக்கொண்டு கிளம்பலாம் என எழுந்தான்.

இரண்டாம் படுக்கையறைக்குள் சென்று பீரோவைப் பூட்டினான். சாவியை பிள்ளையார் புகைப்படத்திற்கு பின்புறம் வைத்தான். கைவசம் ஊர் திரும்ப எவ்வளவு பணம் வைத்திருக்கிறோம் என யோசித்தான். நானூறுக்கும் குறைவாகவே இருந்தது. அன்புவிடம் கேட்கலாமா என யோசித்து சங்கடப்பட்டுக்கொண்டான். எண்ணத்தைத் தவிர்த்தான். அப்பாவிடம் ஏதேனும் இருந்திருக்குமோ

என யோசித்தான். தப்பித்துக்கொள்ள முடியாத திருடன் எனும் வளையத்திற்குள் மீண்டும் மீண்டும் விழுவதாக அச்சம் கொண்டான். ஆனாலும் தேவை உந்தித்தள்ளியது. ஹாலில் இருந்த அப்பாவின் பர்ஸில் சில சில்லறைகளும் கடைசியாக வாங்கிய பொருட்களுக்கான கைப்பட எழுதிய ரசீதும் மட்டுமே இருந்தது. நம்பிக்கையற்று சாம்பலை எடுக்க வந்தான். இரண்டாம் படுக்கையறையில் இருந்த பீரோவை திறந்து மீண்டும் பணம் ஏதேனும் இருக்கிறதா என சோதனையிட்டான். அம்மாவின் நகைகளைத் தவிர எதையும் பார்க்க முடியவில்லை. அம்மாவின் நகைகளை எடுத்துச் செல்ல மனம் வராதவனாய் அங்கேயே வைத்துப் பூட்டினான். பூட்டும் நேரத்தில் பார்வை பீரோவிற்கு அருகில் கொக்கியில் தனித்து தொங்கிக்கொண்டிருந்த நீல நிறச் சட்டையின் மீது சென்றது. சாவியைப் பிள்ளையாரின் பின்பக்கம் வைத்து விட்டு சட்டையைத் தூக்கினான். அப்பாவின் வியர்வை நெடி வீசியது. சட்டையும் சற்று கனமாக இருந்தது. சட்டை பாக்கெட்டில் கைவிட்டான். கத்தையான ரூபாய் நோட்டுகளும் ஒரு தாளும் ஒரு ஏ.டி.எம் கார்டும் இருந்தது. காகிதத்தைப் பிரித்தான். அப்பாவின் கையெழுத்து.

கஜேந்திரனுக்கு,

வணக்கம். உன்னுடன் இருக்க வேண்டும் எனும் என் விருப்பம் நிறைவேறாமல் போய்விட்டது. நிறைய காயங்களை உனக்கும் பிரேமாவிற்கும் கொடுத்துவிட்டேன். சமையல் மீது எனக்கிருந்த ஆசை பேய்பிடித்தாற்போன்று என் கண்களை மறைத்துவிட்டது. உன் வாழ்க்கை மீது நான் என்றும் ஆதிக்கம் செலுத்தியதில்லை. ஆனால் ஆர்வம் கொண்டுள்ளேன். ஏதேனும் ஒரு தகுதியில் நீ நிச்சயம் சாதிக்க வேண்டும். நல்லதொரு கனவை வளர்த்துக்கொள். அதை நோக்கி பயணி. குடும்பம் சிதைவுராமல் கனவையும் மேம்படுத்து. என்னால் உனக்கு இதுவரையில் எதையும் கொடுக்க முடிந்ததில்லை. கடைசியாக இரண்டு விஷயங்களைக் கொடுக்க விரும்புகிறேன். ஒன்று இந்த வீடு. நல்ல முறையில் பயன்படுத்து. வாழ்வின் முன்னேற்றத்திற்கு இந்த வீடு நிச்சயம் உதவிகரமாய் இருக்கும். மற்றொன்று உன்னிடம் சொல்லாமல் மறைத்த தகவல். அம்மா பிரிந்து சென்றதிலிருந்து நீ அதிகம் என்னுடன் பேசவில்லை. நான் வீட்டிற்கு வரும் நேரங்களிலும் அதிகமாக நீ வெளியில் நண்பர்களுடன் இருந்தாய். இரவு உறங்க மட்டுமே வீடு என தங்கிக்கொண்டாய். என் பேராசையோ வாழ்வின் கடைசி பகுதிகளுக்குள் என்றேனும் உன்னுடன்

தனித்து இருக்க வேண்டும் என்பதே. அதை நிறைவேற்றவும் செய்தேன். சென்னை நந்தம்பாக்கத்தில் நீ தங்கியிருந்த அதே விடுதியில் உனக்கு எதிர்ப்பக்கம் இருந்த சமையலறையில் சமையல்காரனாக ஒண்ணே கால் வருடங்கள் தங்கினேன். என் விதி அப்போதும் நீ என் உணவை உண்ணவில்லை. மெஸ்ஸிலேயே சாப்பிடுவாய். மிகுந்த கவலைகொள்வேன். சென்னை பெருவெள்ளத்தின்போது நீ செல்லும் இடமெல்லாம் உன்னையறியாமல் பின் தொடர்ந்தேன். நண்பனுக்காக கனிந்த உன் மனம் எனக்கு மகிழ்ச்சியை கொடுத்தது. ஆனால் அந்த இரவு உறக்கத்தில் நீ உளறினாய். அதுபோன்ற பல இரவுகளிலும்! உன் நலத்தை விசாரிக்க ஆட்களில்லை என புலம்பியதும் என் மீது வெறுப்புக்கொண்டு திட்டியதும் கேட்டு வேதனையுற்றேன். என் மீதே எனக்கு அவநம்பிக்கை தோன்றியது. அன்று முழுக்க உணவின்றி கிடந்தாய். என் வசம் அந்தப்பகுதியின் தன்னார்வலர்கள் கொடுத்த சில உணவுப் பொட்டலங்கள் இருந்தன. உனக்காகவும் உன் நண்பர்களுக்காகவும் வாங்கி வைத்திருந்தேன். உன் நண்பர் மூலம் அளித்தேன். நீ உண்பதை பார்த்துவிட்டு எப்படியோ மீண்டும் சேலம் வந்துவிட்டேன். என் வாழ்வின் மிக முக்கியமான காலமாக அதையே உணர்கிறேன். என் சுயநலத்தால் நான் இழந்தவை அதிகம். கொஞ்சம் சுதாரித்திருக்கலாம் என இப்போது தோன்றுகிறது, அர்த்தமற்றதாய்! ஒரு அப்பாவாக நான் இதுவரை உனக்கு எதையும் சொல்லியதில்லை. இப்போது சொல்கிறேன். அயராது உழை. நல்ல நட்புகளை வளர்த்துக்கொள். மனிதர்களை கைவிடுதல் எளிய செயல். ஆனால் மீண்டும் அதே மனிதர்களை கண்டடைவது பெருந்தவம். உலகம் உன் மீது எப்போதும் அன்பு செலுத்தும். எல்லோரிடமும் அன்பாய் இரு.

எனக்கு உன் மீது எந்தக் கோபமும் இல்லை, எவ்விதமான வருத்தங்களும் இல்லை!

அன்புடன்,
செல்வம்.

பி. கு : இக்கடிதத்துடன் வைத்திருக்கும் தொகையை எனது இறுதி சடங்கிற்கு வைத்துக்கொள்.

கடிதத்தை வாசித்தவுடன் நிலைகொள்ளாமல் தரையில் அமர்ந்தான். ஒரு கையில் கடிதம் மற்றொரு கையில் தொகையுடன்

சாம்பலைப் பார்த்தவண்ணம் விசும்பினான். எல்லாவற்றையும் கடந்து ஒண்ணேகால் வருடம் தன்னுடன் அப்பா தங்கியிருக்கிறார் எனும் விஷயம் அவனைப் பைத்தியம் பிடிக்க வைத்தது. ஊமையன் ஊமையன் என்று அங்கிருந்த அனைவரும் சிலாகித்ததை நினைவுபடுத்தினான். சில நேரங்களில், மாதக்கடைசிகளில் காசில்லாதபோது ஊமையனிடமிருந்து வாங்கி சாப்பிடும் சிலரிடமிருந்து எடுத்து சாப்பிடுவான். தான் சாப்பிடும் மெஸ்ஸை விட அற்புதமான சுவையுடன் இருக்கும். வார்டன் நிர்ணயித்திருந்த தொகை அதிகமாக இருந்ததனாலேயே விடுதி உணவைத் தவிர்த்திருந்தான். ஒருமுறையேனும் அந்த ஊமையனைப் பார்த்திருக்கலாம் என கண்கலங்கினான். எத்தனை விஷயங்களுக்கு ஒரு முறை, கடைசியாக ஒருமுறை என சமாதானம் சொல்லிக்கொண்டிருக்கப் போகிறோம் என தன் மீதே கோபம்கொண்டான். விட்டத்தைப்பார்த்து சத்தமாகக் கத்தி அழுதான். உள்ளிருக்கும் சோகமும் ஆற்றாமையும் பீறிட்டு வெளியேறியது.

"உன் குரல் எனக்கு கேக்க மாட்டேங்குதுப்பா. நீங்க எழுதுனத படிக்கும்போது கூட நீங்க சொல்றா மாதிரி தோண உங்க கொரல் ஞாபகம் வரமாட்டேங்குதுப்பா. ரொம்ப தனியா இருக்குப்பா"

அழுதவண்ணம் அமைதியானான். கைவசமிருந்த கடிதத்தை திரும்பத் திரும்ப வாசித்தான். சொற்கள் மனனம் ஆகிக்கொண்டிருந்தன. தன்னுடைய பைக்குள் பணத்தையும் கடிதத்தையும் பத்திரப்படுத்தினான். ஏ.டி.எம்மின் பின் நம்பரை அதன் பின்புறத்திலேயே எழுதி வைத்திருந்தார். அதையும் பைக்குள் வைத்துக் கொண்டான். கைகளில் அனைத்தும் இருந்தும் வெறுமையை உணர்ந்தான். உரிமை கொண்டாட மனம் இடம் கொடுக்காமல் குமைந்தான். விலங்கிடமிருந்து தப்பிக்க நினைப்பவனபோல துரிதமாக பைகளை எடுத்துக்கொண்டான். குலதெய்வத்தை வேண்டிக்கொண்டு சாம்பல் பானையை எடுத்தான். வீட்டை விட்டு வெளியேறும்போது வீடு பெரும் மலையாய், பெரியதொரு யானையாய் தோற்றமளித்தது. அப்பா எப்போதும் இதனுள் உறைந்துகொண்டிருக்கிறார் என்றெண்ணினான். முதன்முறையாக விட்டுச்செல்ல மனமின்றி வாசற்படியில் நின்றான்.

அன்புவிடம் சென்று விடைபெற்றுக்கொண்டான். சாம்பலைக் கரைக்க ஒற்றை ஆளாக செல்லக்கூடாது என்று அன்பு வேண்டினான். ஆனால் சென்னைக்கு செல்வதால் அன்புவிற்கு சிரமம் வேண்டாம்

என்று சொல்லி உடன்வருவதில் மறுப்பு தெரிவித்தான். கோமளா மீண்டும் ஒரு தேநீர் கொடுத்தாள். இருவருக்கும் கஜேந்திரன் முன்பிருந்ததைவிட அதீத சோகத்தில் இருப்பதாய் புலப்பட்டது. அன்புவை முந்திக்கொண்டு கோமளா பேசினாள்.

"அடிக்கடி ஊருக்கு வாங்க. யாரும் இல்லைனு நெனைக்க வேண்டாம். எங்கள சொந்த அண்ணன் அண்ணியா நெனச்சு வந்து இருங்க."

புன்னகையுடன் தலையாட்டினான். வெடித்து அழ வேண்டும் எனத் தோன்றியது. தன்னை அவர்கள் பார்த்துவிடக்கூடாது எனும் எண்ணத்தில் சீக்கிரமாக கிளம்பினான். கூகிள் மேப்ஸ் காட்டிய வழியில் பூலாம்பட்டி நோக்கி புறப்பட்டான்.

16

வழியெங்கும் மழை வலுத்தது. எங்கும் நிற்காமல் பயணித்தான். அப்பாவின் முகத்தில் இறுதியாக படர்ந்திருந்த புன்னகை நிறை வாழ்வு வாழ்ந்ததன் சான்றாய் மனதில் பதிந்தது.

பூலாம்பட்டியை நெருங்க நெருங்க எதிர்காலம் குறித்த சிந்தனைகள் முளைத்தன. சென்னையில் மறுநாள் முதல் அலுவலகப் பணிகள் எப்படி அமையப்போகிறது எனும் சந்தேகம் அவநம்பிக்கையைக் கொடுத்தது. தன் திறமையின் மீது மீண்டும் நிறுவனத்திற்கு நம்பிக்கை வருமா? தன்னால் ஆன தவறை தானே சென்று தீர்த்துவிடலாமா? அனைத்து மனக்குழப்பங்களும் சமநிலை அடையுமா? மரியாதையை எதிர்நோக்குவதும் அடையாளங்களிலிருந்து தப்பிக்க விரும்புவதும் தவறா? அப்பாவின் குரலை நினைவுகூற முடியுமா?

மனதிலிருந்த கேள்விகளும் பைக்குள் இருந்த தொகையும், சாம்பலும், கடிதமும் பெரும் பாரத்தை சுமப்பதாய் உணர வைத்தது. பூலாம்பட்டியை அடைந்தான். காவேரி கரைதட்டி நின்றது. சலனமின்றிக் கிடந்த படுகை மனதிற்கு இதமளித்தது. சாம்பலைக் கரைக்க வந்திருக்கிறேன் என்றும் கரையின் எப்பகுதியில் கரைப்பது என்றும் அங்கிருந்த மக்களிடம் விசாரித்தான். அவர்கள் காட்டிய ஒற்றையடிப்பாதையில் வண்டியை இட்டுச் சென்று படுகைக்கு அருகில் நிறுத்தினான். பையை வண்டியிலேயே வைத்துவிட்டு சாம்பலை மட்டும் எடுத்துக்கொண்டான். தண்ணீர் சில்லிட்டது. மறையும் சூரியனின் சுட்டெரிக்காத கதிர்கள் கண்களுக்கு எதிராக இருந்தன. அப்பாவின் சாம்பலை சூரியனுக்கு உயர்த்திக் காட்டினான். மீண்டும் மீண்டும் உதடுகள் மன்னிப்பைக் கோரிக்கொண்டிருந்தன.

சாம்பலுடன் குருக்கள் செய்யச் சொன்ன சில விஷயங்கள் ஞாபகத்தில் வந்தன. அவர் கூறியதற்கொப்ப சாம்பலுடன் நீருக்குள் முங்கி எழுந்தான். இரண்டாம் முறை முங்கினான். மூன்றாம் முறை சாம்பலை ஆற்றுடன் விட்டுவிட வேண்டும் என்று குருக்கள் சொல்லியிருந்தார். மூன்றாம் முறை முங்கினான். இம்முறை காதை அடைத்தது மௌனம். ஒலி எதுவும் கேட்டிடாத அடர் மௌனம். தன் எடை குறைவதை உணர்ந்தான். கைகளில் இருந்த பானை நழுவியது. சாம்பல் காவிரியுடன் கரைந்தும், பானைக்கு உள்ளிருந்த சில எலும்புத் துண்டுகள் பிரிந்தும் சென்றன. கண்கள் அதையே உற்று நோக்கின. சன்னமான குரல் ஒலித்தது. கடிதத்தின் கடைசி வரிகளை நினைவுகொண்டான். ஆற்றுக்குள் குரல் வரும் திசைக்கு திரும்பாது குரலை கவனிக்கக் கண்களை மூடினான். சன்னமான ஆண்குரல் நிச்சலனமாய் கேட்டது.

"கஜேந்திரா.."

***

வெறுப்பின் தொடக்கமும் முடிவும்

ஜெயமோகன் எழுதிய அமுதம் என்ற சிறுகதையை கடந்த ஆண்டில் படித்தேன். தமிழ்ச்சிறுகதைகளில் அக்கதைக்கு சிறப்பானதொரு இடமுண்டு. ஒரு மலையோரக் கிராமம். பால்மணத்தையே அறியாது அது வறுமையில் மூழ்கியிருக்கிறது. அங்கிருக்கும் அனைத்துப் பசுக்களும் மடி வற்றியவை. ஒருநாள் அக்கிராமத்துக்கு காட்டிலிருந்து ஒரு பசு வந்து சேர்கிறது. அது வழங்கும் பாலால் கிராமத்துக் குழந்தைகள் ஊட்டமடைகிறார்கள். பெண்களும் பெரியவர்களும் ஊட்டமடைகிறார்கள். பெண்களின் கண்களில் நிறைவும் நம்பிக்கையும் பரவுகின்றன. அந்தப் பசுவின் பாலால் அவர்களுடைய ஆற்றலும் பெருகுகிறது. ஆண்களின் ஆற்றலைவிட பெண்களின் ஆற்றல் மேலோங்கிச் செழிக்கிறது.

அந்தக் கிராமத்துக்கே அமுதம் வழங்கிய பசு தன்னைச் சேரவரும் காளைகளை மிதித்துக் கொன்று உண்பதைப் பார்த்ததாக ஒருநாள் ஊருக்குள் ஒருவன் வந்து சொல்கிறான். அந்தப் பசுவைக் கொல்ல அனைவரும் அந்த வீட்டுத் தொழுவத்தின் முன்னால் கூடுகிறார்கள். அந்த வீட்டுப் பெண்கள் எக்காரணத்தை முன்னிட்டும் பசுவைக் கொல்லக்கூடாது என்று சத்தியம் வாங்கிக்கொண்டு காட்டுக்குள் பசுவை அழைத்துச் சென்று விடும் ஏற்பாட்டுக்கு ஒப்புதல் கொடுக்கிறார்கள். ஊரில் வசிக்கும் ஆண்மக்கள் அனைவரும் அந்தப் பசுவை காட்டுக்கு ஓட்டிக்கொண்டு செல்கிறார்கள். காட்டின் மையப்பகுதியை நெருங்க நெருங்க, அந்தப் பசுவை அவர்கள் வாய்க்கு வந்தபடி திட்டுகிறார்கள். பிறகு அடிக்கிறார்கள். இறுதியில் நடந்துபோகும் அந்தப் பசுவைச் சுற்றி அடர்த்தியாக வளர்ந்திருக்கும்

நாணல் புதருக்கு தீவைத்துவிடுகிறார்கள். எரியும் தீயில் அந்தப் பசு சாபக்குரல் எழுப்பாது மௌனமாக நின்று உயிரை விடுகிறது.

பால்மணத்தையே அறியாத ஊருக்கு திகட்டத்திகட்ட அமுதத்தை வழங்கியது அந்தப் பசு. அவர்களுடைய பிள்ளைகள் நோய்நொடி இல்லாமல் ஆரோக்கியத்துடன் வளர்வதற்கு காரணமாக இருந்தது அந்தப் பசு. இருப்பினும் அந்தப் பசுவை அவர்கள் ஏன் வெறுத்தார்கள் என்றும், கொல்லவேண்டும் என்னும் அளவுக்கு அவர்களுக்குள் மூர்க்கத்தை எது எழுப்பியது என்றும் நெடுநேரம் யோசனையில் மூழ்கியிருந்தேன்.

ஊரில் உள்ள ஒவ்வொரு ஆண்மகனும் தன் மனைவி ஊட்டம் கொண்டு செழிப்போடு நடமாடுவதை விரும்புகிறான். ஆனால் அதே சமயத்தில் அவளிடம் ஊறிப் பெருகும் ஆற்றலைக் கண்டு அஞ்சுகிறான். பெண்மைக்குள் ஊறும் ஆண்மையைக் கண்டு அவன் அச்சம் கொள்கிறான். அந்த அச்சமே அவனுடைய மூர்க்கத்துக்கு அடிப்படைக் காரணம். அந்தப் பெண்ணுக்கு தினமும் கிட்டும் பாலைக் கிட்டாமல் செய்துவிட்டால் அவர்களுடைய ஆற்றல் அழியத் தொடங்கி, மெல்ல மெல்ல தனக்கு அடிபணிந்தவளாக மாறுவாள் என ஆணின் மனம் கணக்குப் போடுகிறது. ஆகவே அந்தப் பசுவைக் கொல்ல அற்பத்தனமானதொரு காரணம் கிடைத்ததும் ஆண்கள் அனைவரும் சேர்ந்து பசுவை காட்டுக்கு அழைத்துச் சென்று நெருப்புக்கு இரையாக்கிவிடுகிறார்கள்.

இப்படியெல்லாம் ஒரு வெறுப்பு உருவாகுமா என்பதும் அந்த வெறுப்பினால் தூண்டப்படும் மனிதர்கள் இப்படியெல்லாம் வினையாற்றுவார்களா என்பதும் முக்கியமான கேள்விகள். அவற்றை நம்புவதற்கு நமக்கு தயக்கமும் இருக்கலாம். ஆனால், எதார்த்தத்தில் இதுபோன்ற நிகழ்ச்சிகள்தானே மீண்டும் மீண்டும் நிகழ்கின்றன.

பெண்களுக்குள் உருவாகும் ஆண்மையைக் கண்டு அச்சம் கொள்ளும் மனிதர்களைப்போலவே ஆண்களுக்குள் நிறைந்திருக்கும் பெண்மையைக் கண்டு அருவருப்படைபவர்களும் இந்த உலகத்தில் இருக்கிறார்கள். காந்தியடிகளை விமர்சிக்கிற பலரும் அவருடைய செயல்பாடுகளில் படிந்திருக்கும் பெண்மை சார்ந்த அணுகுமுறை சார்ந்த ஒவ்வாமையோடு விமர்சிப்பதை நானே பல இடங்களில் கேட்டிருக்கிறேன். ஆண் என்பவன் வெளிப்படையாகவே எதிரிக்கு அறைகூவல் விடுப்பவனாக இருக்கவேண்டும், மோதி மிதிப்பவனாக இருக்கவேண்டும் என்பது அவர்களுடைய எண்ணமாக இருக்கிறது. அதுபோலவே எதிர்ப்பை மௌனமாக தெரிவிப்பது, உண்ணாவிரதம்

இருப்பது, எதிரியிடம் நட்பு பாராட்ட நினைப்பது ஆகிய அனைத்தும் பெண்களுக்குரிய செயல்கள் என்று அவர்கள் நம்புகிறார்கள். காந்தி வாழ்நாள் முழுவதும் பெண்களுக்குரிய அணுகுமுறையையே கையாண்டவர். அந்தப் பெண்மை வெளிப்பாடுகளால் காந்தியடிகள் பலராலும் வெறுக்கப்பட்டார்.

பெண்மையில் நிறைந்திருக்கும் ஆண்மையும் ஆண்மையில் நிறைந்திருக்கும் பெண்மையும் செயல்படும் விதங்களைப் புரிந்துகொள்ள வேண்டும் என்பதற்காகத்தான் இந்த அளவுக்கு விரிவாக எழுதவேண்டியிருந்தது. இதைப் புரிந்துகொண்டால்தான் பாகன் நாவலின் மையத்துக்கும் இந்தப் புள்ளிக்கும் உள்ள நெருக்கமான தொடர்பைப் புரிந்துகொள்ள முடியும்.

ஒரு மகன் தன் தந்தையை வெறுப்பது சாத்தியம்தானா என்பது முக்கியமானதொரு கேள்வி. பாகன் நாவலில் இடம்பெறும் கஜேந்திரன் என்னும் மகன் செல்வம் என்னும் தன் தந்தையை வெறுக்கிறான். செல்வம் நல்ல மனிதர். பள்ளிக்கூடத்தில் ஆசிரியராக இருப்பவர். சமூகத்தில் அவருக்கு நல்ல மதிப்பு இருக்கிறது. வசதியாக வசிக்க ஒரு வீட்டை கட்டியெழுப்பி வைத்திருக்கிறார். வேளை தவறாமல் நல்ல சாப்பாடு கிடைக்கிறது. நல்ல பள்ளிக்கூடத்தில் படிக்க வைத்திருக்கிறார். சுதந்திரம் கொடுத்து வளர்ப்பவராகவும் இருக்கிறார். ஆயினும், அந்த மகன் தன் தந்தையை வெறுக்கிறான். விலகிச் செல்ல ஒரு வாய்ப்பு அமைந்ததும் வீட்டைவிட்டே வெளியேறிவிடுகிறான். அவருடைய மரணம் வரைக்கும் அவரை அவன் திரும்பிப் பார்ப்பதே இல்லை. அவன் வெறுப்புக்கு ஒரே ஒரு காரணம்தான். தன் அப்பா, ஓர் ஆண்மகன்போல நடந்துகொள்ளவில்லை என்று அவன் நினைக்கிறான். அப்பாவுக்கும் அம்மாவுக்கும் இடையில் நடக்கும் சண்டைகளில் அவர் ஓர் ஆண்மகனைப்போல நடந்துகொள்ளாமல் ஒரு பெண்ணைப்போல அமைதி காத்து ஒவ்வொரு முறையும் தோல்வியைத் தழுவுகிறார். கோபத்தை வெளியே காட்டாமல் நியாயம் பேசி தன் தரப்பை நிறுவுவதற்கு முற்படுகிறார். அம்மாவிடம் அறைபடுகிறார். அம்மா தன் கழுத்திலிருக்கும் தாலிக்கயிற்றை அறுத்து அவர் முகத்தில் வீசியெறியும்போது கூட அவரால் அமைதியாக தலைகுனிந்து நிற்கத்தான் முடிகிறது. அவமானம் பெருகும் கணத்தில் கூட பொங்கியெழாமல் ஒரு பெண்ணைப்போல தலைகுனிந்து நிற்கிறார். அந்தப் பெண்மையைத்தான் அவன் வெறுத்து வீட்டைவிட்டு வெளியேறும் முடிவை எடுக்கிறான்.

ஒரு மனைவி தன் கணவனை வெறுப்பது சாத்தியம்தானா என்பது இன்னொரு முக்கியமான கேள்வி. இந்த நாவலில் கஜேந்திரனின் தாயாரான பிரேமலதா தன் கணவரான செல்வத்தை அடியோடு வெறுத்து ஒதுக்கிவிட்டுச் செல்கிறாள். அவளுக்கு அவர் எல்லா வசதிகளையும் செய்து தருகிறார். அவளுடைய ஆடம்பர வாழ்க்கைக்கு அவர் ஒருபோதும் தடை சொல்வதில்லை. அவள் செலவுகளைப்பற்றி அவர் விமர்சனம் செய்வதில்லை. தன் சொந்த சகோதரியின் மகளுடைய திருமணத்துக்குப் போகக்கூடாது என புறப்படும் தருணத்தில் அவள் தடுக்கும்போது, அவள் சொல்லுக்குக் கட்டுப்பட்டு பயணத்தை ரத்து செய்துவிடுகிறார். வீட்டில் அவள் நினைக்கும் அளவுக்கு வசதிகளைச் செய்து தருகிறார்.

தாயில்லாமல் வளர்ந்த தன் பாலபருவத்தில் சமையலறையில் சகோதரியுடன் பொழுதைக் கழித்து, விளையாட்டாக கற்றுக்கொண்டுவிட்ட சமையல்கலையில் தேர்ச்சி பெறுவதை, செல்வம் தனக்குக் கிடைத்த நல்வாய்ப்பாகவே கருதுகிறார். சமையல் ஒரு கலை. தன் சமையலை உண்டு நிறைவில் முகம் மலரும் கூட்டத்தினரை ஒதுங்கி நின்று வேடிக்கை பார்க்க நேரும் ஒவ்வொரு முறையும் அவர் அகமலர்ந்து போகிறார். ஆனால் செல்வத்தைச் சுற்றியிருக்கும் உலகம் அவரை சமையல்காரனாக மட்டுமே சுருக்கிப் பார்க்க முற்படுகிறது.

ஆசிரியராக இருந்தபோதும், பொழுதுபோக்குக்காக அக்கம்பக்க ஊர்களில் சிறுசிறு விசேஷங்களுக்கு சமையல்வேலைக்கான ஒப்பந்தங்களை செல்வம் ஏற்றுக்கொள்கிறார். ஆசிரியர் என்ற அடையாளத்தைவிட சமையல்காரன் என்னும் அடையாளம் அவர்மீது படிந்துவிடுகிறது. செல்வம் அதைப் பொருட்படுத்தவில்லை. ஆனால் அதைப் பொருட்படுத்தி வேதனைப்படும் பிரேமலதா சீற்றமுற்று செல்வத்தை கொஞ்சம் கொஞ்சமாக காயப்படுத்தத் தொடங்குகிறாள். பல ஆண்டுகள் தொடர்ச்சியாக நிகழும் வாக்குவாதங்கள் முற்றி ஒருநாள் அவர்கள் பிரிந்துபோகிறார்கள்.

சமையல் கலை என்பதை சமூக மதிப்பில்லாத ஒரு கலையென்றும் அது பெண்கள் ஈடுபடும் ஒரு வேலையென்றும் அவளுடைய பொதுப்புத்தியில் உறைந்துபோயிருக்கிறது. அந்தக் கருத்தைச் சார்ந்து அவரிடம் உறைந்திருக்கும் பெண்மையை அவள் வெறுக்கிறாள். ஆணுக்குரிய வேலையை மட்டும் செய்யாமல் பெண்ணுக்குரிய வேலைகளில் ஈடுபட்டு ஏன் இழிவைத் தேடிக்கொள்ளவேண்டும் என்று மனம் குமுறுகிறாள். அந்தக் குமுறலின் வெளிப்பாடே,

கணவனின் முகத்தில் தாலியைக் கழற்றி வீசிவிட்டு வீட்டைவிட்டுச் செல்ல அவள் எடுக்கும் முடிவு.

சமையலைவிட, சமைக்கப்பட்ட உணவை பிறர் உண்டு அடையும் முகமலர்ச்சியை கண்ணாரக் காண்பதுதான் செல்வத்துக்கு விருப்பமான செயல். அது அவரைப் பொறுத்தமட்டில் கிட்டத்தட்ட தெய்வ தரிசனத்துக்குச் சமம். துரதிருஷ்டவசமாக, மற்றவர் மனநிறைவில் தெய்வத்தைக் காணும் மனநிலை அவருக்கு வாய்த்ததைப்போல மற்றவர்களுக்கு வாய்க்கவில்லை. குறைந்தபட்சமாக, அதைப் புரிந்துகொள்ளக் கூட மற்றவர்கள் முன்வரவில்லை. அந்த ஈத்துவக்கும் இன்பத்தை ஒரு குறையாகவும் அவமானமாகவும் மட்டுமே மற்றவர்களுக்குப் பார்க்கத் தெரிந்திருக்கிறது.

மகனும் மனைவியும் வெளியேறிய வீட்டில் தனிமையில் அடைபட்டுத் தவிக்கிறார் செல்வம். அவர்களிடம் தன்னைப்பற்றிய ஒரு நல்ல புரிதலை உருவாக்கமுடியாமல் அவர் தவிக்கிறார். அந்தத் தவிப்பிலிருந்து மரணம் வரை அவருக்கு மீட்சியே கிடைக்கவில்லை. ஆத்திரத்தில் அறுத்துவிட்ட மூக்கை ஆயிரம் முறை அன்பொழுகப் பேசினாலும் ஒட்டவைக்க முடியாது என்பதற்கு எடுத்துக்காட்டாக உள்ள நாட்டுப்புறக்கதைகள் ஏராளம். எந்தக் கதையிலிருந்தும் பாடம் கற்றுக்கொள்ள விரும்பாதவர்கள் அன்றுமுதல் இன்றுவரை அன்பை முறித்தபடியும், பற்றிய கையை உதறியபடியும், ஒன்றுபட்டு இனிதாகக் கழித்த கடந்தகால நினைவுகளையெல்லாம் கணநேரத்தில் சீயென்று வெறுத்தொதுக்கி மறந்தபடியும் ஏராளமானவர்கள் வீடுகளை விட்டு வெளியேறியபடியே இருக்கிறார்கள். வீட்டைவிட்டு வெளியேறுவது எளிது. ஆனால் அதே வீட்டுக்கு திரும்பி வருவது எளிதல்ல. கிருஷ்ணமூர்த்தியின் புதிய நாவல் முயற்சியை நான் அப்படித்தான் புரிந்துகொள்கிறேன்.

கிருஷ்ணமூர்த்தி தன் நாவலுக்கு பாகன் என்று தலைப்பிட்டிருக்கிறார். மனைவியின் கட்டளைக்குப் பணிந்து பொதுவிசேஷங்களுக்கு சமைக்கச் செல்வதைத் தவிர்க்கும் செல்வம் சிறிது காலம் வீட்டிலேயே சமைத்து உணவுப்பொட்டலங்களை எடுத்துச் சென்று பாதையோரம் படுத்திருக்கும் ஆதரவில்லாதவர்களுக்கும் கோவில் யானைக்கும் பாகனுக்கும் கொடுத்து, அவர்கள் முகத்தில் படியும் மலர்ச்சியைப் பார்த்து மகிழ்கிறார். தேவையில்லாத பொருட்செலவென்று அதையும் மனைவி தடுத்து நிறுத்த முயற்சி செய்யும்போதுதான்

வாய்வார்த்தைகள் முற்றி மோதலாக வெடித்துவிடுகிறது. இறந்துபோன செல்வத்தின் உடலைத் தூக்கி வாகனத்தில் ஏற்றும்போது யானையைப்போல கனப்பதாகச் சொல்கிறான் கஜேந்திரன். ஒடுங்கி உலர்ந்து மெலிந்திருக்கும் அவருடைய எடையை யானையைப்போல கனப்பதாகச் சொல்வதை ஆச்சரியத்துடன் கேட்டுக்கொள்கிறான் பக்கத்துவிட்டு அன்பு. யானை எடை என்பது அவருடைய எடையல்ல. மாறாக, வடிகால் இன்றி அவன் மனத்தில் அடைபட்டிருக்கும் தந்தை குறித்த நினைவுகளே இறக்கிவைக்கமுடியாத பெரும்பாரம். அவர் யானை என்றால், அவன்தானே பாகனாக இருக்கமுடியும். அல்லது கஜேந்திரனான அவன் யானை என்றால், செல்வம் பாகனாக வேண்டும்.

யானைக்கும் பாகனுக்கும் உள்ள உறவு என்பது விசித்திரமானது. பாகனின் விருப்பத்துக்கும் கட்டளைக்கும் யானை அடிபணிந்து கட்டுப்படுகிறது. யானையின் விருப்பத்தை தருணமறிந்து பாகன் நிறைவேற்றிவைக்கிறான். இரு தரப்பிலும் மீறல் அல்லது உதறல் நிகழும் தருணம் எது என்பது இருவருக்குமே தெரியாது. அது தெய்வம் மட்டுமே அறிந்த தருணம். அப்படிப்பட்ட துரதிருஷ்டவசமான ஒரு தருணம்தான் செல்வத்தையும் கஜேந்திரனையும் பிரித்து, செல்வத்தையும் பிரேமலதாவையும் பிரித்து வைத்து சோழிகளை உருட்டி விளையாடுகிறது. சிக்கலான அந்த மர்மவிளையாட்டின் காட்சிகளை கச்சிதமாக தன் நாவலில் சித்தரித்திருக்கிறார் கிருஷ்ணமூர்த்தி. அவருக்கு என் வாழ்த்துகள்.

19.06.2021,
பெங்களூரு

அன்புடன்
பாவண்ணன்